व्यंकटेश माडगूळकर

I0609854

॥ वारी ॥

मेहता पब्लिशिंग हाऊस

VARI by VYANKATESH MADGULKAR

वारी । कथासंग्रह
व्यंकटेश माडगूळकर
© ज्ञानदा नाईक
मराठी पुस्तक प्रकाशनाचे हक्क मेहता पब्लिशिंग हाऊस, पुणे.

प्रकाशक
सुनील अनिल मेहता, मेहता पब्लिशिंग हाऊस,
१९४१, सदाशिव पेठ, माडीवाले कॉलनी, पुणे - ३०.

अक्षरजुळणी
इफेक्ट्स, २१/६ब, आयडिअल कॉलनी, कोथरूड, पुणे - ३८.

मुखपृष्ठ व मांडणी
चंद्रमोहन कुलकर्णी

मुखपृष्ठावरील लेखकाचे छायाचित्र
शेखर गोडबोले

प्रकाशनकाल
१९६२ / १९८१ / १९९३ / २००६
मेहता पब्लिशिंग हाऊस यांची पाचवी आवृत्ती : मे, २०१२ / जून, २०१३
पुनर्मुद्रण : डिसेंबर, २०१८

P Book ISBN 9788184983869
E Book ISBN 9789353171025

E Books available on :
play.google.com/store/books
www.amazon.in/b?node=15513892031

मित्रवर्य अरविंद गोखले यांस...

१

वारी

आता अर्जुना थकला होता. आता त्याचे भरत आले होते, हे त्याचे त्याला उमगले होते आणि त्यामुळेच त्याला उदास-उदास वाटत होते. प्रपंचाच्या उसाभरीतून तो आता अलग होऊ पाहत होता. घरात काय आहे, काय नाही याची चौकशी करीत नव्हता. म्हातारपणी आपली आबाळ होते म्हणून कुणापाशी कधी कुरकुरत नव्हता. फारसा कुणाशी कधी बोलतही नव्हता. घराच्या एखाद्या अंधाऱ्या कोपऱ्यात हातपाय आखडून विचार करीत बसत होता. सून देईल ते खात होता आणि मुक्यानेच नातवंडांच्या पाठीवरून हात फिरवीत होता.

अर्जुनाचा लेक आणि सून ही भली पोरे होती. म्हाताऱ्याला त्यांनी कधी हिडीस-फिडीस केले नाही. आपल्या परीने ती त्याला सुखच देत होती, जपत होती. पण अर्जुना उदासच होता. या प्रपंचात पोराबाळांच्या धबडग्यात त्याचा जीव आता रमत नव्हता. त्याला कसनुसे वाटत होते. काळजात कालवाकालव होत होती. या मायाजाळातून तो आता निसटू पाहत होता. पोटासाठी हयातभर कष्ट केले. हा टिचभर डबरा भरण्यासाठी नाना भानगडी केल्या, चहाड्या केल्या, लबाड्या केल्या, निंदा केली. मतलब साधण्यासाठी चांगल्याला वाईट म्हटले, वाईटाला चांगले ठरविले, अशी जाणीव होऊन अर्जुनाला कसनुसे वाटत होते. त्याच्या काळजाची कालवाकालव होत होती. आता बसता-उठता तो 'हरी-हरी' म्हणे. देवळात हरिविजयाचे वाचन चालू होते. दिवस मावळताच दोन घास पोटात ढकलून आणि कांबळे पांघरूण देवळापुढच्या धुरळ्यात अर्जुना बसे. ध्यान देऊन पोथी ऐके. मास्तरने सांगितलेला अर्थ त्याला पटे. हा नरदेह केवळ मातीचे मडके; त्याला जपण्यात, शृंगारण्यात काहीच फायदा नाही. हा संसारही मिथ्या आहे; त्याच्या मागे लागून आयुष्य फुकट घालवू नये.

सर्वांत एक हरिनाम सत्य आहे आणि त्याच्यावाचून गती नाही, हे पोथी वाचणाऱ्या मास्तराचे बोल अर्जुनाच्या मनाला पटले होते. एकटादुकटाच बसून तो हरिनाम गाई. 'रूप पाहता लोचनी, सुख झाले हो साजणी', हा ज्ञानुबारायाचा अभंग म्हणता-म्हणता त्याच्या हृदयाचा कंद उन्मळून येई. सुरकुतल्या गालांवरून पाण्याचे ओघळ ओसंडत. आता एकदा पंढरीला जावे, चंद्रभागेत हा बरबटलेला देह बुचकळावा, संतांचे चरण धरावेत. मन तृप्त होईपर्यंत टाळ-मृदंगांचा गजर ऐकावा. पांडुरंगाचे नाव ऐकावे. मंगळवेढ्याच्या कुसवाखाली दडपून ज्याला हरीने आपल्या पायापाशी नेले, त्या चोखाची समाधी पाहावी. 'पाषाण करी पायरीच्या मिषे। तुझ्या द्वारी वसे ऐसे करी।' असे बोललेला तो नामा ज्या पायरीखाली झोपला आहे, त्या पायरीवर तुळशीमाळा वाहाव्यात. लोटांगण घेत जावे आणि सुंदर ते ध्यान डोळ्यांनी पाहावे. त्या सावळ्या श्रीमूर्तीच्या पायांवर डोके ठेवावे. रंगशिळेवर नाचावे आणि राऊळात उभे राहून विठ्ठलनामाचा गजर अहोरात्र करावा, असे त्याला वाटत होते. म्हणून नेट धरून तो एका रात्री लेकापाशी बोलला, "अरं, मी पंढरीला जातू. मला एकबार देवदर्सन घ्यावं वाटतंया!"

लेक नुकताच गावातून तुकडे मागून आला होता. पागुटे काढून भुईवर बसला होता. त्याचा लहानगा पोरगा त्याच्या मिशा ओढीत होता. बापाचे हे बोलणे ऐकताच पोराला मांडीवर ओढून त्याचा मुका घेत तो म्हणाला, "ह्यो थकिस्त जीव घिऊन कसा जाशील? तुझ्यानं वाटचाल व्हनार न्हाई!"

सून तान्हे पोर पाजीत होती. ती म्हणाली, "अवं, अगुदर तरी बोलायचं. आपल्या गावची समदी वारकरीमंडळी गेली. आता सोबत कुनाची? एकलं कसं जाल?"

अर्जुनाला नीट ऐकू आले नाही. कानाला हात लावून तो लेकापाशी सरकला आणि म्हणाला, "का म्हनालास पोरा?"

मग लेकाने आवाज चढवला. म्हाताऱ्याच्या कानापाशी तोंड नेऊन तो ओरडला, "वारकरी मानसं कवाच गेली. तुला सोबत कुनाची? आन् आता थकलास. बारा कोसाची वाटचाल तुझ्यानं व्हनार कशी?"

सून बोलली, "आन् वारीच्या दिवसांत मायंदाळ गर्दी आसती, रोगराई आसती. अंमलदार धरून टोचत्याल. दंडात सुई खुपसत्याल. म्हाताऱ्याचा निबाव न्हाई लागनार ततं!"

भुईशी हात टेकून लेकाकडे बघत अर्जुनाने उत्तर दिले, "आरं, जाईन बसत-उठत. इटुबा दील माज्या पायात बळ!"

त्यावर सून बोलली, "हं, इटुबा देतुया ताकद! वाटंतच परान जाईल – काय तरीच म्हाताऱ्याचं!"

मग अर्जुना खाली बघत उगाच बसला. लेकाला वाईट वाटले. बायकोवर डोळे वटारून तो बापाला म्हणाला, "जा, तुजी विच्या आसली तर. पन चालत नगं जाऊस, मोटारीनं जा!"

अर्जुनाने डोळे मिटून मान हलवली, "आरं, मोटारीनं जानं खरं न्हवं. आपन कुटं इकतं तालेवार हाय? मोटारीसाटनं पैका खर्ची घालनं खरं न्हवं!"

त्यावर कुणी बोलले नाही. सून बोलली नाही, लेक पोराच्या कानात कुर्रर करून त्याला हसवू लागला. पोरगा खिदळून तंगड्या झाडू लागला तशी सूनही कौतुकाने त्याच्याकडे बघत राहिली.

मग अर्जुना अंगावरची चिरगुटे गोळा करून कोपऱ्यात सरकत बोलला, "बगा, माज्या मनाला वाटतंय. तुमची मर्जी नसली तर ऱ्हायलं. बसतू बापडा गप्!"

आणि कोपऱ्यात पाय आखडून बसलाही. मग लेक कष्टी झाला. म्हातारपणी आपल्या बापाची इच्छा आपण पुरविली नाही, तर त्याचा आत्मा हळहळेल म्हणून त्याला अवघड वाटले. तो बायकोला म्हणाला, "अगं, जाऊ दे त्येला. म्हातारपनी देवाधर्माची सई लई हुती. त्येचं मन आता परपंचात न्हाई. सरत्या काळात त्याला देवाला भेटू दे!"

नवऱ्याचा दुजोरा आला तशी तिला बोलणे प्राप्त झाले, "जाईनात बापडं! मी कुटं नगं म्हनतीया? आन् आता म्हनं देवळंबी आपल्या लोकास्नी उघडी झाल्याती. थेट इटुबाच्या पायांवर डोस्कं टेकाया मिळतंया म्हनं!"

बायकोचा दुजोरा मिळाला तसा लेक बापाच्या कानात ओरडला, "जा रं तू! आमची ना न्हाई. वारीचंच दीस हैती. कुनाचीबी सोबत मिळंल. वारकऱ्यांची रीघ लागली आसंल वाटेनं!"

"जा तुमी मामाजी, आपल्या हतलं कैक जन देवदर्शन घिऊन आलं म्हनं."

"व्हय, व्हय. त्यो तुका म्हार पाक आत जाऊन देवाच्या पायावर डोस्कं टेकून आला. या गांधीबाबांच्या राज्यात इटाळचंडाळ पाक गेला. त्या पुण्यवान बाबानं आमा लोकांस्नी देव दावला. पयलं आमा लोकांची सावली दिकून कुनी अंगावर घेत न्हवतं. रस्त्यावर थुकायची दिकून बंदी! गळ्यात लोटकं बांधून त्यात थुकायचं. त्यो काळ पाक गेला. महार लोकांचा वनवास चुकला."

"व्हय, चुकला! तुमी जा मामाजी, इटुबाराया बगून या."

लेक आणि सून यांनी असे बोलताच अर्जुना हरकला. तुका म्हारावाणी आपल्यालाही देवाच्या पायावर डोकं ठेवायला मिळणार म्हणून त्याला आनंद झाला. लेकाच्या चांगुलपणामुळे गहिवरल्यागत झाले. मग त्याने नातवाला आपल्यापाशी ओढून घेऊन त्याचे पटापट मुके घेतले. आज्याच्या मिशांचे आणि वाढलेल्या दाढीचे केस रुतू लागले, तेव्हा नातू गाल चोळू लागला.

मग म्हाताऱ्याची वारीला जाण्याची तयारी झाली. सुनेने सासऱ्याच्या अंगावरची धडुती सवळेच्या मातीने खळणी केली. लेकाने बापाचा फाटका जोडा चांभाराकडून शिवून आणला. सुनेने व्हंढीच्या आठ-दहा जाड भाकरी केल्या. त्याच्यामध्ये मिरची-कांदा घालून शिदोरी बांधली. पाठीशी घोंगड्याची खोळ टाकून, कमरेला धोतर गुंडाळून अर्जुना पंढरीला जाण्यास निघाला. लेकाने त्याला आठ-चार आणे खर्चायला दिले.

वरचेवर 'येतू रं', 'येतू रं', करीत तो घरातच घुटमळू लागला. मन कितीही विटले तरी हे असेच आहे. अर्जुनाचा पाय लवकर घरातून निघेना. मग धाकला नातू आला आणि धोतराला लोंबकळीत म्हणाला, ''आमाला डाळं, चिरमुरं, बत्तासं आन बरं का!''

म्हातारा म्हणाला, ''व्हय, आनीन माज्या लेकराला!''

आणि पुन्हा लेक आणि सून यांना बोलला, ''जातू मी. ह्याला नीट बगा, मी लगी म्हागारी येतूच.''

त्यावर सून बोलली, ''बरं, निगा आता. उनाच्या आत जेवडी वाटचाल हुईल तेवडी बरी!''

आणि अर्जुना निघाला पाठीशी घोंगड्याची खोळ टाकून. काथ्याने बांधलेला जोडा ओढीत गावाबाहेर पडला. लेक वेशीपर्यंत घालवत आला होता, त्याला म्हणाला, ''अरं, तू फीर आता म्हागारी. नगू तकाटा घिऊस!''

''संबाळून जा. भाकरी लई वाळल्या, चावन्यासारक्या न्हाई ऱ्हायल्या, तर व्हटेलातनं काय तरी घिऊन खा पोटाला. पैशे देऊ का आजून?''

''नगं, नगं, हायतं की माज्यापाशी.''

मग लेक माघारी फिरला आणि म्हातारा चालू लागला. अर्जुना महार पंढरीच्या वाटेला लागला. कधी सडकेने तर कधी पाऊलवाटेने चालावे; थकल्यासारखे वाटल्यास एखादे झाड बघून त्याच्या सावलीखाली घडीभर विसावा घ्यावा आणि पुन्हा वाट धरावी. वाटसरूशी चार गोष्टी करीत रस्ता लवकर तोडावा. रात्र झाली तर गाव गाठून धर्मशाळेत गबाळे टाकून भाकर खावी आणि घोंगडे अंथरून त्यावर पडावे. पहाटे चांदणी उगवताच उठून पुन्हा चालू लागावे. असे करीत अर्जुनाने मजल मारली आणि सकाळच्या प्रहरी तो त्या पुण्यनगरीत पोचला.

'धन्य ही पंढरी... सुखाची मांदूस!'

या पंढरीत आजवर किती संत आले, गेले... किती जणांचे पाय इथे लागले! तो योगियांचा राजा ज्ञानदेव, तो त्याचा परात्पर गुरू निवृत्ती, तो सोपान, ती मुक्ताबाई, तो भोळा नामा आणि त्याची दासी जनी, देहूचा वेडा, तो अरभेंडीचा माळी, तेरढोकीचा कुंभार आणि तो चोखा महार! धन्य-धन्य ही पंढरी! संत

म्हणतात, 'जेव्हा नव्हते चराचर। तेव्हा होते पंढरपूर।' या पंढरीत पोचताच अर्जुनाचा शीण पार उतरला. चंद्रभागा दिसताच त्याने दोन्ही हात जोडले, "पुंडलिक वरदा हरिविठ्ठल!"

चंद्रभागेच्या वाळवंटात वैष्णवांचा मेळा जमला होता. अपार भक्तगण जमला होता. बायाबापड्या, उचनीच, लहानथोर – सारे चंद्रभागेच्या निर्मळ जलात वासनेची पातके प्रभाळीत होते. "हरि हो! हरि हो!" म्हणून बुड्या घेत होते. हे दृश्य बघून अर्जुना कावराबावरा झाला. गोंधळून गेला. वाळूत पाय रुतवून उगाच हा सोहळा बघत राहिला. मग एकाएकी त्याला वाटले, या गर्दीत घुसून आपणही पुढे व्हावे आणि या गंगेत बुडी घ्यावी. पावन व्हावे, निर्मळ व्हावे आणि त्या भरात पाठीवरचे गबाळे सावरीत त्याने पाऊलही उचलले. धारेच्या रोखाने तो सणाट्याने निघाला. पण गर्दी लागताच कावराबावरा झाला. चांगलेचुंगले कपडे ल्यालेली मंडळी स्नान उरकून घाटाकडे परत जात होती. त्यांना धक्का लागेल या जाणिवेने अर्जुनाने आपल्या अंगाचा कूर्माप्रमाणे संकोच केला आणि तो एका बाजूला झाला. त्याच्या मनात आले की, या थोर मंडळींच्या मेळ्यात घुसून आपण कसे स्नान करावे? त्यांच्या अंगावर आपल्या अमंगळ अंगाचे पाणी पडेल आणि त्यांना विटाळ होईल. तेव्हा आपण इथे स्नान करू नये, पार खाली जावे आणि गोपाळपुराकडच्या बाजूने तो खाली गेलादेखील. अर्जुना महार पार खाली-खाली गेला; आपल्या अमंगळ अंगाचे पाणी आता कुणाच्या अंगावर जात नाही याची खात्री करून घेऊन त्याने गबाळे खाली ठेवले. अंगरखा काढला आणि शुद्ध लंगोटी लावून तो चंद्रभागेच्या जलात शिरला. थंडगार पाण्याचा स्पर्श होताच त्याचे अंग शहारले.

"हर गंगे, भागीरथीऽऽ"

अर्जुना धारेत बसला. ओंजळीने पाणी उडवून त्याने आपली पाठ भिजवली. तोंड धुतले. त्या निर्मळ धारेने त्याने आपले अंग निर्मळ केले. स्वच्छ केले. म्हातारा अर्जुना महार अंतर्बाह्य निर्मळ झाला!

मग अंग चोरून घेत-घेत तो घाट चढला आणि महाद्वारापाशी आला. दोन्ही अंगाने दुकानांच्या रांगा लागल्या होत्या. अबीर-गुलालाची दुकाने, पेढेबर्फीची दुकाने, भांड्यांची दुकाने... यांतील काय घ्यावे आणि काय ठेवावे? देवासाठी साखर घ्यावी, कापूर घ्यावा. कनवटीला खोचलेल्या पैशातून चार पैसे काढून अर्जुनाने हे जिन्नस घेतले आणि तो महाद्वारापाशी आला.

चोखामेळ्याच्या समाधीपाशी एक पोरगा कपाळाला बुक्का फासून बसला होता. आल्या-गेल्याला म्हणत होता, "या हो महाराज! चोखामेळ्याची समाधी आहे, हरिजन देवस्थान आहे!"

रिवाजाप्रमाणे ही ललकारी त्याने अर्जुनापुढेही ठोकली, तेव्हा अर्जुना खाली

वाकून त्याला बोलला, "पोरा, आरं, मला ठावं हाय ह्यो चोखा मुंगड्याच्या कुसवाखाली घावला तवा नामदेव ततं गेला. अपार माणूस खर्ची पडलं हुतं. हाडांचा खच झाला हुता. त्यातली चोखाची हाडं कशी वळखावी? मग नामानं एक-एक हाड उचलून कानाला लावलं. ज्यातनं 'हरि, हरि' असा सबुद आला, ती हाडं उचलून वट्यात घेतली आन् त्यावर हतं समाधी बांधली!"

पोरगा हसला. म्हणाला, "बाबा, तुमासनी ठावं हाय, बरं का."

मग अर्जुनाने कापूर लावला. साखर ठेवली. डोस्कं टेकून तो चोखोबाच्या पाया पडला. एक तांबडा पैसा ओवाळून त्याने त्या पोरापुढे केला, तेव्हा तो म्हणाला, "बाबा, हरिजनांना देवळात जाण्याची परवानगी आहे. तुमी आत जा, देवदर्सन घ्या!"

अर्जुनाने मुखवटा फिरवून मागे पाहिले, तेव्हा पायरीवरचा नामा प्रसन्न चेहऱ्याने बघत होता. गळ्यात माळा घेऊन बघत होता. विठोबाला 'तू माझी पक्षिणी, मी तुझे अंडज' म्हणून आळविणारा, 'घालीन लोटांगण वंदीन चरण' म्हणत राऊळात नाचणारा, 'न पढावे वेद, नको शास्त्रबोध। नामाचे प्रबंध पाठ करा।' अशी उच्चरवाने आरोळी ठोकणारा हा नामा आणि 'डोईचा पदर पडला खांद्यावरी। भरल्या बाजारी जाईन मी।' म्हणणारी त्याची भोळी जनी... धन्य! धन्य!

अर्जुनाने दोन्ही हात जोडले. साष्टांग नमस्कार घातला. तो सद्गदित झाला. मग नामदेवाची पायरी ओलांडून तो पुढे गेलाच नाही. सुंदर ते ध्यान त्याने पाहिलेच नाही. रंगशिळेवर उभा राहून तो नाचला नाही की, त्याने गरुडखांबाला मिठीही मारली नाही.

तो म्हणाला, "देवा, मी आत येनं खरं न्हवं. मी म्हार. वंगाळ जातीचा. हे हाड पयलंच बाटलेलं हाय, ते घिऊन मी तुझ्यापाशी कसा येऊ? देवा, ते माज्याच्यानं व्हनार न्हाई. सरकारनं आमा लोकास्नी तुज्याशी जान्यास परवानगी दिली हे खरं. जानारे जातील; पन देवा, मी मातुर येनार न्हाई. मी माझी पायरी सोडनार न्हाई. वाडवडील वागत आलं, तसाच मी बी वागंन. देवा इटुबाराया, ह्यो बाटलेला धी घेऊन तुज्या देवळात येनार न्हाई. देवा, आपली लायखी न्हाई."

म्हाताऱ्या अर्जुनाच्या डोळ्यांतून पाण्याच्या धारा लागल्या. त्या पुसत-पुसत तो बोलला, "देवा, आता माजं भरत आलंया... मला कसनुसं वाटतंय. यावर पुन्हा तुज्याकडं येनं माज्याच्यानं व्हनार न्हाई. हे तुजं शेवटचं दर्सन!"

एवढं बोलून अर्जुना खाली पडला. बराच वेळ पडला. लोक म्हणू लागले, "अरे, म्हातारा मेला की काय?"

पण अर्जुना उठला आणि चिरगुटाने डोळे पुशीत, वरचेवर मागे बघत पेठेत गेला. पोरांसाठी त्याने चिरमुरे घेतले. सुनेसाठी कुंकू घेतले आणि मग सावकाशीने

तो परत फिरला. आपल्या गावी येण्यासाठी निघाला.

अर्जुना पुन्हा आपल्या खोपटात आला होता. पंढरीची वारी करून आला होता. म्हातारा सुखरूप परत आला, म्हणून त्याचा लेक आनंदला होता. त्याची सून सासऱ्याने आणलेले कुंकू लाकडी करंड्यात भरून ठेवत होती. नातू बत्तासा खात होता. उघडे पोट आणि हात त्याने चिकट करून घेतले होता.

लेक विचारत होता, "देवदर्सन घडलं का? आत जाऊन इटुबा बघटलास का?"

अर्जुना म्हणाला, "न्हाई रं लेकरा, मी महाद्वारात हुबं ऱ्हाऊनच दर्सन घेतलं. आता गेलू न्हाई. माजं मनच झालं न्हाई! वाटलं, ह्यो बाटलेला धी घिऊन देवळात कसं जावं? आपली वहिवाट कशी मोडावी? पायरी कशी सोडावी? आरं, मी आत गेलूच न्हाई!"

■

२

वाटसरू

मध्यान रात्रीचा काळोख चौफेर दाटून राहिला आहे. धोधाट पाऊस सारखा कोसळतो आहे. मधूनच लखकन वीज चमकते. आसपासचे भयाण रान, लहान टेकड्या, झाडेझुडपे, गढूळ पाणी – सारे क्षणभर दिसते आणि पुन्हा काळोख, सारखा पाऊस!

अशा रानातही एका बाजूला एक झोपडे आहे. त्यात उजेड दिसतो आहे. त्यातून पिवळा-तांबडा उजेड बाहेर आला आहे आणि पावसाने भिजून इकडे-तिकडे पसरला आहे.

काळोखातून आणि पावसातून कुणी वाटसरू उजेडाच्या अनुरोधाने झोपडीकडे येतो. दाराशी पाणी साचून डबके झालेले आहे. त्यात त्याचे पाय वाजतात. पाणी उडते. भिजून काकडलेल्या स्थितीत तो झापाशी उभा राहतो आणि घाईने हाका मारतो, "कुणी आहे का आत? मी वाटसरू आहे. जरा निवारा मिळेल का?"

तशा रानात, भयाण वातावरणात अनोळखी प्रवाशाचे बोलणे मोठे चमत्कारिक वाटते. आतून आवाज येत नाही. काही वेळ वाटसरू कानात जीव आणून आत काही हालचाल होते का बघतो आणि मग दोन पावले पुढे सरकतो. भिजून सुरकुतलेल्या बोटांनी तोंडावरचे पाणी पुसून टाकतो आणि पुन्हा म्हणतो, "कुणी आहे का आत? मला जरा आत घेता का?"

या खेपेला त्याचा आवाज मघापेक्षा चढलेला आहे. तरीही आतून आवाज येत नाही. दारावर वाजवले पाहिजे, ही जाणीव वाटसरूला होते. पण बांबू, निरगुडीच्या फोका आणि असेच काहीबाही यांनी तयार केलेले ते दार. त्यावर कसे आणि काय वाजवावे? आसपास दगडधोंडा सापडेल म्हणून तो अस्वस्थपणे इकडे-तिकडे बघतो; पण पाणी साचले आहे आणि त्यावर पावसाचे थेंब पडत आहेत, यावाचून त्याला दुसरे काही दिसत नाही. कपाळावरून,

नाकावरून पाण्याचे ओघळ त्याच्या ओठांवर उतरत आहेत. त्यांचा घुटका घेऊन तो पुन्हा ओरडतो, "दार उघडा, दार!"

आणि पुढे होऊन झाप धरून हलवतो. मग मात्र आतून आवाज येतो, बारीक किनरा आवाज येतो, "कोण आहे?"

फटीतून आत बघण्याचा प्रयत्न करीत वाटसरू उत्तर देतो, "अहो, मी वाटसरू आहे. रस्ता चुकलो आहे. पाऊस थांबेपर्यंत मला निवारा पाहिजे. हां?"

"झोपडीत जागा नाही –"

"छे, असं म्हणू नका. मी काही रात्रभर राहणार नाही. पाऊस थांबला की जाईन."

"हो, पण आत मुंगी शिरायला वाव नाही. माझ्या शेळ्या, मेंढ्या, गुरंढोरं, कुत्री-कोंबड्या – ह्यात कुठे येशील, कुठं बसशील?"

"बसेन हो कुठं तरी. उघडा दार. भिजून-भिजून मोड यायला लागलेत माझ्या अंगाला!"

वाटसरू अधीर झाला आहे, पण आतून बोलणारी बाई भारीच थंड आहे. ती अजून दार उघडायला तयार नाही!

"अहो, उघडा की – तुम्ही बाईमाणूस. एकट्याच दिसता आत. पण घाबरायचे काही कारण नाही. मी चांगला माणूस आहे. चोर-दरोडेखोर कुणी नाही – हां?"

मग आत हालचाल होते. दाराकडे उठून येत ती बाई फणकाऱ्याने बोलते, "आसपास दहा-पाच कोसांत गाव नाही अशा जंगलात वस्ती टाकून राहिलोय, ते चोर-दरोडेखोरांच्या भीतीनं होय रे? बाई असले म्हणून काय झालं, मनगट धरलं तर तुझ्यासारखा जवान जागचा हालू नाही देणार!"

आणि ती दार उघडते. वाटसरू आत जातो. झाप पुन्हा बंद करून बाई परत फिरते आणि काहीही न बोलता जाळाशेजारी जाऊन बसते.

दाराच्या पुढे एका बाजूला भला मोठा ओंडका पेटत ठेवलेला आहे. त्याच्यावर मांडव केला आहे, अर्धवट ओले असे कपडे त्या मांडवावर टाकलेले आहेत. काही वेळाने मान फिरवून ती म्हणते, "अंगावरची ओली कापडं काढून मांडवावर टाक सुकायला आणि जाळाशी येऊन बस."

"मेहेरबानी."

क्षणभर वाटसरू गोंधळल्यागत होतो आणि मग अंगातला जाड अंगरखा काढतो आणि मांडवावर, जिथे धुरकटलेले अनेक कपडे आहेत, तिथे टाकतो आणि खाली बसतो. ओल इतकी झाली आहे की, बसण्या-झोपण्यासाठी जाळाच्या बाजूंनी फळ्या टाकलेल्या आहेत. बाई आता त्याच्यासमोर आली आहे. धुरातून त्याला तिचा नीटनेटका चेहरा दिसतो आहे. निर्विकारपणाने ऊब घेत ती बसली आहे.

तिच्या पाठीमागे भिंतीवर टांगलेल्या फळीवर दोन-चार कोंबड्याही अंगाचा संकोच करून बसल्या आहेत. या पाखरांच्या अंगाला मोठा गमतीदार वास येतो आहे. वाटसराला तो जाणवला. कोपऱ्यात एक भलेमोठे कुत्रेही अंगाला वेढा देऊन बसले आहे आणि आत आणखी जागा दिसते; पण उजेड इतका अपुरा आहे की, तिकडे काय आहे, हे दिसत नाही. बहुधा तिकडे शेळ्या आणि गाय असावी; कारण शेळ्यांनी नाकाने केलेला आवाज आणि गाईची बसण्यासाठी झालेली धडपड ऐकू आली. शिवाय तिकडून शेळ्यांच्या मुताचा – गाय-बैलांच्या शेणाचा वासही येतो आहे.

काही तरी बोलले पाहिजे म्हणून वाटसरू पुटपुटतो, "मेहेरबानी झाली बाई. रात्रभर या पावसात भटकत हिंडलो असतो, तर सकाळपर्यंत माझा मुडदाच दृष्टीस पडला असता कोल्ह्या-लांडग्यांच्या!"

बाई थंडपणाने म्हणते, "रात्र आणि आभाळ बघून शहाणा माणूस बाहेर पडला नव्हता."

"खरं आहे. पण जरुरीचं काम होतं हो. म्हटलं, काय होतंय? जाऊ झपाट्यानं; पण गाठलं वाटेत पावसानं. बॅटरी होती जवळ, तीही बंद पडली. काय करणार?"

"हं."

"जरा बरं वाटलं, अंगात ऊब आली."

"माझ्यापाशी कोरडं नेसायला द्यायला काही नाही –"

"नसू द्या हो. पँटबद्दल म्हणताय ना? ती सुकेल. सुकलीसुद्धा ह्या ऊबेनं."

"शहरगावचे दिसता?"

"हो, नाही म्हणजे – आहे इथलाच लिंबुणीचा; पण नोकरीला आहे साताऱ्याला. एस.टी.त आहे. फार वर्षांतून येतोय गावाकडे. काय करणार हो, अगदी आडवळणी गाव. वाहन नाही, काही नाही. संध्याकाळी उतरलो स्टेशनवर."

"हं, लांब चालायचं आहे तुम्हाला अजून –"

"हो, रस्ताच चुकला नं. आता दिसायला लागलं की जाणार."

बाहेर पाऊस अद्यापही कोसळतो आहेच. वाटसराच्या अंगावरची पँट आता हडकली आहे. समोर बसलेली बाई आपल्या टपोऱ्या डोळ्यांनी त्याच्याकडे चमत्कारिकपणे बघते. वाटसरू चुळबुळ करतो.

"बाकी, या असल्या रानात तुम्ही एकट्या राहता, हे विशेष आहे हं."

"एकटी का, धनी आहेत की!"

"आहेत? मग आज कुठं परगावी गेलेत काय?"

"नाही, आहेत ना. आत खाटल्यावर झोपलेत!"

"असं का? तरी मला वाटलंच!"

मग जड आवाजात बाई आणखी खुलासा करते, "झोपलेत – ज्या झोपेतनं

कधी जाग येत नाही, अशी झोप लागलीया त्यांना.''

वाटसराचा चेहरा एकदम बदलतो.

''म्हणजे?''

''आज दिवस बुडायच्या येळंलाच जीव सोडला त्यांनी.''

अरे बाप रे! किती थंडपणाने ही गोष्ट सांगितली या बाईने! वाटसरू चमकतो. क्षणभर काय बोलावे, हे त्याला कळत नाही. आतल्या अंधाराकडे आणि बाईच्या तोंडाकडे – एक-दोन वेळा तो बघतो आणि मग म्हणतो, ''चमत्कारिक प्रसंग आहे!''

मग बाई सुस्कारा सोडून उठते आणि दिवा उचलून आत जाते. ती पाठमोरी चालताना प्रकाश पुढे पडतो आणि समोर भिंतीशी टेकून टाकलेली खाट दिसते. त्यावर माणूस झोपला आहे आणि त्याचे पांघरूण सारखे करून बाई परत फिरते आणि कंदील ठेवून पहिल्या जागी बसते.

काही वेळ कोणीच बोलत नाही. मग वाळलेल्या ओठांवरून जीभ फिरवून वाटसरू म्हणतो, ''पण त्यांना तसं ठेवून आतापर्यंत तुम्ही बसलात?''

''मग काय करणार? पाऊस हा असा चिमधार लागलाय. मी एकटी बाईमाणूस. काय करणार?''

''–तरीही काय झालं!''

''तू असतास माझ्या जागी, तर काय केलं असतंस? आणि... त्याचं-माझं सरळ नव्हतं. आपल्या मुडद्याला बायकोनं हात लावलेला त्याला खपणार नाही.''

काही वेळ पुन्हा शांतता पसरते. ते भयाण रान, ती झोपडी, त्यातली चेटकीसारखी दिसणारी बाई आणि तिच्या नवऱ्याचा मुडदा! वाटसराच्या अंगाची थंडी कुठल्या कुठे पळते. उगीचच तो हाताचे तळवे चोळीत राहतो.

बाई बोलते, ''तू धाडशी दिसतोस. नाही तर संध्याकाळी लिंबुणीला जायला निघाला नसतास या वाटेनं!''

यावर वाटसरू केवळ चमत्कारिक हसतो. जाळापुढे धरलेल्या पायांची बोटे हलवतो.

बाई विचारते, ''थंडी गेली का अंगातली? तंबाकू ओढतोस का?''

''ओढतो. पण... सिगारेट आणल्या होत्या, भिजून गेल्या सगळ्या.''

''धन्याची चिलीम आहे, देऊ का?''

वाटसरू तत्परतेने म्हणतो, ''नको-नको, तशी काही जरुरी नाही आणि चिलीम ओढायला तरी जमणार कशी? छे: काही जरुरी नाही!''

आपल्या या घाईच्या खुलाशावर बाई गालातल्या गालात हसली, असे त्याला वाटले.

भिंतीवर हलणाऱ्या सावल्या, धगधगीत पेटलेला ओंडका आणि जनावरांचे मोठमोठ्याने घोरणे – हे सगळे वाटसराला नव्यानेच जाणवू लागले. बाहेर पावसाची झड कमी झाली. घोंगावणारा वारा आणि बेडकांचे ओरडणे स्पष्ट ऐकू येऊ लागले. डोळ्याला डोळा देऊन बाई अजून बसूनच आहे. तिने जांभई दिली नाही की आळस दिला नाही. वाटसरू उगाचच बसण्याची तऱ्हा चार-दोन वेळा बदलतो. इकडे-तिकडे बघतो आणि मग धीर करून बोलल्यासारखा तो बोलतो, "पण – हे घरात असं झाकून ठेवून स्वस्थ बसणं बरं नाही; नाही?"

"हो, पण काय करणार? उजाडल्याशिवाय काय करणार? रात्र किती झालीय, कोण जाणे!"

पुन्हा बाईला काय वाटते, कोण जाणे. ती म्हणते, "झोप आली असली तर हो फळीवर आडवा. कोंबडा आरवला की उठवते तुला."

"छे: छे: – अशा परिस्थितीत झोप?"

वाटसरूच्या डोळ्यांत बघत बाई विचारते, "का? भीती वाटते तुला?"

"भीती कसली? मेलेलं माणूस काय करणार!"

"धीट दिसतोस –"

"तसं काही नाही. पण... भिण्यासारखं काही नाही त्यात!"

या प्रश्नोत्तरानंतर पुन्हा दोघेही गप्प राहतात. बाहेर पाऊस साफ उघडला आहे. रात्रीला काही वेगळाच रंग आला आहे. बाई एकाएकी काही आठवल्यासारखे करून म्हणते, "वाटसरा, तुला निवारा दिला; मला जरा मदत करशील?"

"हो, सांगा की."

"त्या पलीकडच्या डोंगरात माझा भाऊ राहतो. त्याला मी घेऊन येते. तंवर इथं बसशील?"

क्षणभर विचार करून हलक्या आवाजात वाटसरू म्हणतो, "हो, बसेन."

"तुला भीती नाही वाटायची?"

"–भीती कसली? मेलेल्या माणसापेक्षा निरुपद्रवी अशी वस्तू आहे का दुसरी?"

"धीट आहेस – हे बघ, तू इथे जाळाशी बैस. पाहिजे तर ही इथे कोनाड्यात धन्याची चिलीम आहे, तंबाखू आहे. ओढ. झोपू मात्र नकोस. मी आत्ता जाऊन येते हं."

"हां!"

आणि खरोखरीच ती बाई निघते. दारापाशी जाते.

"बाईऽ"

"काय रे?"

"मी म्हणतो, तुम्ही कशाला जाता अशा काळोखात? मी जातो. मला सांगा वाट."

बाई हसते.

"वाटसरा, वाट चुकून इथं आलास आणि आता पुन्हा कुठे बाहेर जातोस अंधारात? तुला माझ्या भावाची झोपडी सापडायची नाही. माझ्या पायाखालची वाट आहे. बघ तरी, आत्ता हरणासारखी जाऊन माघारी येते. जाऊ?"

– आणि खरोखरीच त्या अनोळखी, चुकलेल्या माणसाला प्रेताच्या सोबतीला ठेवून ती विलक्षण बाई निघून जाते. कान फडफडवीत ते कुत्रे तिच्या मागे जाते.

ओंडक्याशेजारी वाटसरू एकटा राहिला. काही वेळ निघून गेला. वाटसराने मागे वळून बघितले नाही. जाळाकडे टक लावून तो उगीच बसला आहे. पण आत-बाहेर होणारे सूक्ष्म आवाजसुद्धा त्याचे कान टिपत आहेत. कपाळाशी घाम लागला आहे आणि छातीचे ठोके जलद पडत आहेत. वरचेवर आपला एक हात तो पँटच्या खिशात घालतो आहे.

झोपडीत कुठे तरी पाणी गळत आहे. त्याचा 'ठिब्ऽऽ ठिब्ऽऽ' आवाज सारखा येतो आहे. मध्येच फळीवर बसलेल्या कोंबडीने घशातल्या घशात आवाज केला. दारातून उड्या मारीत एक बेडकी आत आली आणि काही हालचाल न करता मठ्ठपणे बसून राहिली. किती तरी वेळ!

मध्येच एकदा वाटसरू आत खाटल्याकडे बघतो आणि त्याला भास होतो की, तो मेलेला माणूस उठून बसला आहे. तो दृष्टी पटकन काढून घेतो. श्वास रोखून कान टवकारतो. पायाला मुंग्या आल्या आहेत तरी नुसता पाय हलविणेसुद्धा त्याला जमत नाही. आवंढा गिळला तरी ती हालचाल जाणवते आहे. अरे, बाप रे!

आणि खरोखरीच ते प्रेत उठून बसते, भीषण हसते आणि चालत-चालत वाटसराकडे येते. तो भयंकर भितो आणि मोठमोठ्याने ओरडू लागतो, "अहो बाई! बाईऽऽ! आईऽऽऽगंऽऽ!"

त्यावर पुन्हा चमत्कारिक हसून त्या बाईचा मेलेला मालक वाटसरू पुढे दोन्ही पायांत अंतर ठेवून उभा राहतो आणि मागे-पुढे झोके घेत म्हणतो, "अरं, घाबरतोस का? तुला माहीत आहे, मेलेला माणूस काहीही करू शकत नाही. त्याच्याइतकं निरुपद्रवी दुसरं काहीही या जगात नाही."

वाटसरूचा चेहरा पांढरा फटफटीत पडतो, तरीही तो छातीचाच. धीर धरून म्हणतो, "पण तू मेला होतास ना?"

"हां तर, मेलो होतो. गरीब माणसाला या दुनियेत पोटासाठी घडोघडी मरावं लागतं."

आणि थंडीने गारठल्यासारखा तो जाळाशी येऊन बसतो. आपल्या क्रूर डोळ्यांनी

वाटसरूकडे बघू लागतो. अंगापिंडाने तो भलताच थोराड आहे आणि वाघासारख्या त्याच्या जबड्याला परमेश्वराने मनगटासारख्या जाड मिशा दिल्या आहेत. रोखून-रोखून वाटसरूकडे बघितल्यावर राठ आवाजात तो बोलतो, ‘‘शाब्बास वाटसरा! तू धीट दिसतोस.’’

‘‘पण खरं सांग, तू मेला आहेस की नाही?’’

‘‘असो-नसो; तू जास्ती खोलात जाऊ नकोस. आता उजाडत आलं. अंगावरची कापडं काढ आणि तुझ्याजवळ जे काही असेल, ते मुकाट्यानं माझ्या हवाली कर.’’

‘‘म्हणजे?’’

‘‘म्हणजे वाटमारी! या जंगलात नुसत्या कोंबड्या आणि गुरं पाळून संसार चालत नाही. वाटसरा, असला बारीकसारीक धंदा करावा लागतो. हं, आटप!’’

हे काय प्रकरण आहे, हे वाटसरूला कळून चुकले. ही भूतचेष्टा नव्हे, हा माणूस मेलेला नाही; काही नाही. हा सगळा डाव आहे, हे त्याला कळून चुकते आणि मग त्याला अवसान येते. भीती जाऊन तो उलट फाजील धीट बनतो. मनमोकळा हसत, रोखून बोलतो, ‘‘गुड! छान प्लॅन आखता तुम्ही लोक! वा: वा:! अगदी रहस्यकथेसारखं झालं हे सगळं. तरी मी म्हणत होतो की, ही बाई मला लवकर आत का ये म्हणेना? सुरेख, सुरेख डोकं चालवता तुम्ही हं!’’

यावर झोपडीचा मालक आपली राठ बोटे वळवतो आणि दमदाटीच्या आवाजात गुरगुरतो, ‘‘चूप रे! आगाऊ बोलू नकोस. नाही तर मुडदा पाडीन.’’

‘‘पाडाल बुवा! स्वत:चा पाडाल, दुसऱ्याचा पाडाल. काय हो, आजपर्यंत किती जणांना लुटलंत असं?’’

‘‘कुणी हिशेब ठेवलाय?’’

‘‘नाही नं? ठेवायचा! वाल्या कोळ्यासारखे रांजण वगैरे ठेवायचे भरून!’’

‘‘ये पावण्या, जास्ती बोलू नकोस. मुकाट्यानं काय असेल ते काढ आणि चालता हो!’’

‘‘छे, मी काहीही देणार नाही!’’

वाटसरूच्या या उत्तराने चोरटा क्षणभर दिपतो. बोलतो, ‘‘शाबास! मी आजवर अनेक माणसं बघितली. मी मेलेला उठून बसलो रे बसलो की, त्यांचे डोळे पांढरे व्हायचे, झीट येऊन पटकन खाली पडायचे. खुशाल अंगावरचं काढावं आणि त्याला उचलून लांब टाकून यावं. पण बहाद्दरा, तूच एकटा असा बेरकी भेटलास. छाती आहे तुला. अरे, जगात आता छातीची माणसं थोडी राहिलीत. काय?’’

‘‘बरोबर आहे.’’

‘‘म्हणून तुझ्यावर हात टाकायला जीव होत नाही माझा. मुकाट्यानं झडती दे आणि आल्या वाटेनं चालू लाग.’’

"ते जमणार नाही. मी चालू लागतो, पण देणार मात्र काही नाही."

"जीव गमावशील."

"अरे, सोड! पुष्कळ बघितलेत असले!"

"भाला आहे माझ्यापाशी. बघितलास? ह्यानं ढाण्या वाघ मारलाय मी."

"शक्य आहे."

"मग काढ ते, नाही तर भोकशीन अस्सं!"

"गड्या, तू नुसताच अंगापिंडाचा मोठा दिसतोस, दिल काही मोठा नाही तुझा."

"कोण म्हणतं?"

"मग हातात भाला घेऊन माझ्यावर गुर्रावला नसतास. माझ्याही हातात दे काही; मग होऊन जाऊ दे!"

मग चोरटा फार चिडतो. दातओठ खाऊन भाला उगारतो.

"शेवटची संधी तुला – जगतोस का मरतोस?"

वाटसरू बसल्या-बसल्याच बोलतो, "अरे सोड, पुष्कळ ऐकलंय असं!"

आणि चोरटा त्वेषाने भाला फेकतो. वाटसरू चपळाईने तो चुकवितो. धाडकन पिस्तुलाचा बार होतो. दोन्ही पायांवर अल्लाद उडी घेऊन वाटसरू हुशार झाला आहे. झापाला पाठीचा रेटा देऊन उभा राहिला आहे. रक्तबंबाळ झालेला हात काखेत दाबून उभ्या असलेल्या चोरट्याच्या छातीवर हातातले पिस्तुल त्याने रोखले आहे.

"जास्ती गडबड करशील तर मुडदा पाडीन भल्या! चूप राहा."

डोळे मोठमोठे करून भल्या धनगर वाटसराकडे बघत राहतो. थोडकं हसून म्हणतो, "शाब्बास रे तुझी. तू वाटसरू नाहीस, फौजदार आहेस तर! वा रे हिंमत. आजपर्यंत अनेक जण धडपडले मला घेरण्यासाठी, पण आज तुझ्या हाताला यश आलं. शाब्बास रं! छातीचा आहेस. अशी माणसं आता राहिली नाहीत फार."

दाराशी काळासारखा उभा राहिलेला फौजदार आणि जाळ तोंडावर घेऊन, कमरेवरचा भाग पुढे झुकवून त्याला शाबासकी देणारा भल्या धनगर! अजूनही रक्तबंबाळ हात त्याने काखेत दाबला आहे. रक्ताचे ओघळ त्याच्या कमरेपर्यंत आले आहेत.

फौजदाराशी असे बोलता-बोलता भल्या धनगर ताडकन उडी मारतो.

"बघू रे, धर आता?" असे आव्हान देऊन छपरातून नाहीसा होतो. धाड्ऽधाड्ऽ बार होतात. बाहेरच्या काळोखात शिट्ट्या फुंकल्या जातात. बॅटरीचे झोत फिरतात. रायफलच्या गोळ्या सणसणतात. पळणाऱ्या भल्याच्या अंगात त्यांतल्या काही घुसतात आणि डुकरासारखा केकाटून तो खाली चिखलात पडतो.

दबा धरून राहिलेले शिपाई गोळा होतात. मुडदा उचलून लांबवर ठेवलेल्या मोटारीकडे चालवितात. त्या मोटारीच्या आत दोन पोलिसांमध्ये हात बांधलेली बाई बसली आहे. फौजदार येताच ती किंचाळून म्हणते, "वाटसरा, कसा रे दावा साधलास? माझा मालक कुठाय?"

वाटसरू थंडपणे म्हणतो, "मला त्याला मारावं लागलं!"

–भल्याचा मुडदा बघताच बाई माशासारखी तडफडते. टिटवीसारखी आकांत करते, "चांडाळाऽऽ माझं कुकू पुसलंस. आसरा मागितलास आणि मला जल्माची उघडी केलीस."

वाटसरू म्हणतो, "बाई, माझा इलाज नव्हता."

–आणि काळोखातून उजेड फेकीत गाडी सुरू होते.

■

३

नगरी

आमच्या गावावरून मोटार सुरू झाली तेव्हा गावची चांगली सोय झाली, असेच सर्वांना वाटले. गावापासून सांगोले हे रेल्वे स्टेशन सहा-आठ कोस होते आणि तालुक्याचे गाव दोन-अडीच कोस होते. कोर्टकचेऱ्यांच्या निमित्ताने, बाजाराच्या निमित्ताने तालुक्याला सारखेच जावे लागे. पंढरीच्या वारीसाठी, मोठ्या बाजारासाठी सांगोल्यालाही जावे लागे. लोक हा प्रवास ऐपतीप्रमाणे करीत. कोणी पायी-पायी जात, कोणी घोडे काढीत, कोणी गाडी जुपत. पायी जायचे तर फारसे ओझे नेता येत नसे. घोडे सर्वांच्यापाशी असेलच असे नाही. गाडी नेली तर शेतकामाचा खोळंबा. मिळून यांपैकी काहीच सोईचे नव्हते. मोटार ही सर्वांत सोईची. खुशाल बसून जावे. लागेल तेवढे सामानसुमान सोबत घ्यावे. शिवाय उशीर नाही, घडीभरात हवे तिथे जाता येत होते. मोटार सुरू झाली तसे सर्वांना बरे वाटले. गावची सोय झाली असे वाटले. बाजाराला नेण्याअभावी थोडा-थोडा माल – जो गावातच कमी मोलाने विकावा लागणार – तो आता तसा विकावा लागणार नाही, म्हणून शेतकऱ्यांना बरे वाटले. वाटेल तेव्हा वाटेल तो माल आणून भरता येईल म्हणून वाणी खूश झाले. ब्राह्मणमंडळी नेहमीच शहरगावी, इकडे-तिकडे जात-येत असत. पुण्या-मुंबईकडे कामाला असलेली त्यांची लेकरेबाळे सुट्टीला, सुगीला घरी येत असत. त्यांनाही प्रवास सवघड झाला. माणसाला जेवढे सुख मिळेल, तेवढे पाहिजे असते. जेवढे म्हणून शरीराला तोशीस न देता येईल, तेवढे त्यांना पाहिजेच असते. मोटार सुरू झाली तशी माणसाची तोशीस कमी झाली. प्रवास सुखाचा झाला आणि सर्वांना बरे वाटले.

मोटार सुरू झाली आणि काही दिवस गेले, तेव्हा सोय झाली म्हणून फार हरकलेले गाव थोडे नाराज झाले. मोटारीची ड्रायव्हर, किन्नर आणि

एजंट ही मंडळी काही गावाला धरून राहणाऱ्यांपैकी नव्हेत. त्यांना कुणाची पर्वा नाही, नडी-अडचणीला उपयोगी पडण्याची त्यांची बुद्धी नाही, असे लोकांना आढळून आले. बायामाणसे, गोरगरीब – कोणीही मोटारीत बसले तरी मोटारवाला लगेच पैशाला हात पुढे करी. त्याच्या मोटारीतून जायचे, तेव्हा दाम हा दिलाच पाहिजे. पण मागण्यालाही काही रीत आहेच की! थोडे सोईने घ्यायचे. आणा-दोन आणे कमी असले तरी मोटारवाला आत बसलेल्या माणसाला बेधडक खाली उतरवीत असे. चार-आठ दिवस थांब तुझे पैसे देईन, असे सांगितले तरी त्याचा विश्वास बसत नसे. पुरा दाम जवळ असला तरच बसणाराने बसावे, नाही तर आपले पैसे कमरेला लावून खुशाल चालत जावे. हातावर पोट असलेले लोक कधी मणपायली मागतात, तेव्हा गावात असे कोणी म्हणत नसे की – पहिले पैसे टाक आणि मग धान्य ने. वेळ, माणूस ओळखावे लागते. पण मोटारवाला वेळ, माणूस ओळखत नसे. पैसा टाका, हा त्याचा रामठेका असे. गावातली काही बलुतेदारमंडळी – महार, मांग, लोहार – त्यांच्याकडे काय म्हणून पैसे मागायचे? नडी-अडीला त्यांच्याकडून कामे करून घ्यायची आणि त्यांच्या पोटाला पुरवायचे. पण मोटारवाला बलुतेदारांनासुद्धा जुमानत नसे.

एकवार दादू लोहाराला रिबिट आणण्यासाठी सांगोल्याला जायचे होते. गडबडीने भाकरी खाऊन तो कुंभाराच्या घराशेजारी येऊन मोटारीची वाट बघत बसला. बसून-बसून कंटाळल्यावर लिंबाच्या सावलीला धोतर डोळ्यांवर घेऊन त्याने एक झोप काढली. त्याच्या दोन झोपा निघाल्या, तेव्हा मोटार आली. वारीचे दिवस होते, त्यामुळे मोटार चिक्कार भरली होती. बसायला जागा काही नव्हती, पण लोहाराला नड होती. तो नेटाने आत चढला आणि बाकड्यावर बसलेल्या लोकांच्या पायांत दाटीवाटीने बसला. मग घाईघाईने किन्नर आला आणि लोहाराला म्हणाला, "तू आत का बसलास? आधी खाली उतर."

लोहार म्हणाला, "मला नड आहे हो. मोटा सांधायच्या आहेत, म्हणून खिळं आनायला निघालोय."

"उद्या आण म्हणं खिळं. आज जागा नाही मोटारीत."

"नका तसं करू. दाटीवाटीनं मी कसा तरी बसलूया, तसा जाईन शेवटपर्यंत."

"पैसे आहेत का?"

"आहेत की. जाऊ द्या मोटार दंडापर्यंत, तोवर काढतो."

"फार कड्या-कुलपात ठेवल्यात काय? काढ अगोदर पैसे."

लोहार फार चेंगरून बसला होता आणि कनवटीचे पैसे काढण्यासाठी इकडे तिकडे सरकायलासुद्धा जागा नव्हती. गाडी सुरू झाली म्हणजे पोते हलवल्यावर कणसे नीट बसतात आणि थोडकी जागा होते, त्याप्रमाणे मोटारीत जागा होईल

आणि पैसे काढण्याइतकी सवड मिळेल, अशा हिशेबाने मोटार फर्लांग-दोन फर्लांग जाईतो लोहार गप्प बसणार होता. पण किन्नर वाकडे बोलू लागला. नाइलाज झाला तेव्हा लोहाराने पैसे काढले. पण त्यात एक चवली कमी होती. लोहार म्हणाला, ''तिकिटाला चवली कमी हाये. पर मी माघारी येत्यावेळी दिईन.'' त्यासरशी किन्नर जो कावला, तो त्याने लोहाराला बकोट धरून उभेच केले. वाईटवखट बोलून त्याला दाराबाहेर ढकलले, त्याचे गठुळे बाहेर टाकले आणि मोटार धुरळा उडवीत निघून गेली.

लोहार गप्प घरी आला आणि दुकान न उघडता स्वस्थ बसला. दोघा-चौघांच्या मोटा सांधायच्या होत्या. सर्वांचाच मोटेचा खोळंबा झालेला होता. पीक वाळून चालले होते. नडलेले लोक दुकानी येऊन लोहारावर घसरू लागले, तेव्हा त्याने कोपरांपासून दोन्ही हात जोडून सांगितले, ''माझा नाविलाज आहे. दोन आण्यांच्या पैशासाठी मोटारवाल्याने मला धक्के मारून खाली उतरवलं. खिळं-मोळं नाहीत, तर मी काम कसा करू?''

चारचौघांना हेच उत्तर मिळाले, तेव्हा संध्याकाळी देवळापुढे असलेल्या लोकांत बोलणी झाली. मोटारवाला गावाला जुमानीत नाही, गावाची नड ओळखीत नाही, पैशापुढे नगरीच्या रागालोभाची त्याला पर्वा नाही, असे सर्वांचेच मत पडले. तरणीताठी पोरे होती, ती फार पेटली. मोटारवाल्याला गावातून मोटर नेऊ द्यायची नाही, फार झाले तर त्याने गावाबाहेर वाट काढावी, असा त्यांचा विचार पडला. उद्या दहा-वीस पोरांनी जमून काठ्या-कुऱ्हाडीनिशी गावाबाहेरच मोटार अडवायची आणि मोटारवाल्याला हात दाखवायचा, असा बेत त्यांनी केला. तो बोलूनही दाखविला.

गावचा पाटील शहाणा होता. तो म्हणाला, ''लोकानू, असा येडा विचार करू नका. रस्ता सरकारच्या मालकीचा आहे. मोटारवाला वाटलुटीची फिर्याद करील आणि हातात बेड्या पडतील.''

सरकारी भानगड आली, तेव्हा पोरे दबकली आणि मोटार अडवायचा विचार त्यांनी तूर्त पुढे ढकलला. पण तेव्हापासून मोटारवाल्याविषयी गावच्या मनात अढी निर्माण झाली, ती झालीच. मोका बघून मोटारवाल्याला झोका द्यायचा विचार सर्वांच्या मनात घर करून राहिला.

शेंगांच्या दिवसांत पुन्हा एकवार मोटारवाल्याची आणि गावाची झकाझकी झाली. तालुक्याकडून येणाऱ्या मोटाररस्त्याला लागून जोतिबा पाटलाचे रान होते. या रानात यंदाच्या साली त्याने भला बक्कळ पसऱ्या भुईमूग केला होता. वाटेने जाणाऱ्या-येणाऱ्या वाटसराचे ध्यान सहजच भुईमुगाकडे जाई. ह्यांतले चार वेल घेऊन ओल्या शेंगा खात-खात पुढची वाट चालावी, अशी वासना त्याला होई. पण जोतिबाची राखण जागृत होती. कोणी तरी राखणदार सकाळपासून संध्याकाळपर्यंत

शेंगा राखत असे. पण राखण कितीही जागृत असली तरी ती कधीकधी ढिली होतेच, काही तरी नड निघती आणि राखणीचा गडी धान्य सोडून घटकाभर तरी बाजूला होतोच. तसेच कधी कधी घडले आणि ड्रायव्हर-किन्नरने मोटार उभी करून भुईमुगाचे चार डहाळे उपटून नेले. राखणदार जरी नव्हता, तरी मोटारीच्या चाकोऱ्या, रानात उठलेले बुटाचे माग आणि लांब टेकाला गुरे राखीत असलेल्या गावच्या गुराख्यांचे सांगणे यावरून भुईमूग कोणी उपटला, हे लगेच कळले. मोटारीचा किन्नर रानडुकरासारखा शेंगांना सोकला आहे, हे कळून आले. पण अनमानधपक्या बोलावे कसे? काही तरी निशाणी पाहिजे, पुरावा पाहिजे, असा विचार करून जोतिबा पाटील मोटार येण्याच्या वेळेला बांधावरच्या केकताडाआड लपून राहिला. किन्नर भुईमुगावर कधी येतो याची वाट पाहू लागला.

दुपारी दोनच्या सुमारास भर्रऽभर्रऽ आवाज आला आणि सुधारून बसलेल्या पाटलाच्या समोर मोटार आली. आल्याबरोबर किन्नरने शीळ वाजविली. ड्रायव्हरने ब्रेक लावून गाडी उभी केली. किन्नर खाली उतरला. काय झाले, काय झाले, म्हणून उतारू बोलू लागले. ड्रायव्हर खाली उतरला. त्याने एंजिनावरचे टोपण उघडून आत बघितले. किन्नरने पाण्याचा कॅन आतून काढून मोटारीत पाणी घातले आणि 'चला' म्हणून ड्रायव्हर आत येऊन चाकावर बसला. जोतिबा सगळे बघत होता. एवढे झाल्यावर खिडकीतून तोंड काढून मोटारीला काय झाले, अशी चौकशी करणाऱ्यांनी तोंडे आत घेतली. पाय मोकळे करण्यासाठी खाली उतरलेली पाच-सात माणसे गडबडीने बिड्या विझवून आत जाऊन बसली. आता मोटार सुटणार, एवढ्यात चलाखी करून किन्नर भुईमुगात शिरला. खाली वाकून धसधसा वेल उपटायची घाई त्याने घेतली. तसा जोतिबा हातात टिकारणे घेऊन धावत आला आणि त्याने आरोळी दिली, "आरंऽऽ कोन सोद्या शिरलाय भुईमुगात?"

त्यासरशी किन्नरने आवरते घेतले. झटक्याने वेल मोटारीत टाकून ड्रायव्हरला खूण केली. पण ड्रायव्हर इंजीन चालू करण्याच्या आतच जोतिबा मोटारीपुढे जाऊन उभा राहिला आणि त्याने किन्नरला अडविले, "का रं? कशापायी रानात शिरलास?"

किन्नरची जात बारा गावचे पाणी प्यालेली. ती काय बधते? डोक्यावरची वाकडी टोपी मागे हात लावून पुढे घेत किन्नर म्हणाला, "शेंगा घेतल्या हो चार डहाळं. माझा शनवार आहे आज."

जोतिबा म्हणाला, "तुझ्या सनवारासाठी आम्ही शेंगा लावल्यात व्हय रं? निलाजऱ्यावाणी बोलतुयास ते?"

कपाळावरची टोपी हात देऊन मागे सारीत किन्नर म्हणाला, "लाजबीज काढशील तर महाग पडंल!"

"काय करशील?"

आपण काय करणार ते किन्नरला तरी कुठे माहीत होते? तो मोघमात म्हणाला, ''कळेल – कळेल!''

तेवढ्यात ड्रायव्हरने शिंग वाजवून गाडी सुरू केली. ताबडतोब किन्नर गाडीला लटकला, पण जोतिबा मोटार अशी जाऊ देणार नव्हता. तो धावून पुढे गेला आणि मोटारला आडवा उभा राहिला. म्हणाला, ''चालला कुठं रायानू? माझं शेंगाचं वेल टाका.''

ड्रायव्हर म्हणाला, ''आडवा येऊ नको रे मोटारीला. शिटांचा खोळंबा होतोय.''

''हां? मोटार थांबवून भुईमूग उपटताना मोटारचा खोळंबा होत नाही आन् आताच होतोय व्हय?''

ही कळवंड बघून मोटारीतल्या शिटा ओरडू लागल्या, ''आमची गाडी चुकंल! ए डायवरवाल्या, लवकर चल की –'' म्हणू लागल्या. किन्नरने आणि ड्रायव्हरने दांडगावा करून बघितला, पण जोतिबा मोटारीपुढून हलेना. तेव्हा दहा गावचे पाणी प्यायलेला किन्नर आणि अठरापगड जाती सोडून एकोणिसावी जात असलेला ड्रायव्हर खाली उतरला. किन्नरने बळेच जाऊन जोतिबाचा अंगरखा गळ्यापाशी धरून त्याला ढकलला.

''ये बाजूला हो मुकाट्यानं. नाही तर दात टाकीन मोडून.''

जोतिबा कोलमडला, पण सावरून उभा राहिला आणि शिव्या देत किन्नरवर चालून आला. ड्रायव्हर-किन्नर दोघेही पुढे झाले आणि दोघांनी मिळून जोतिबाला चार धक्के दिले; तेव्हा एकटा सापडलेला जोतिबा घाबरला आणि शिव्या देत ढेकळे फेकीत उभा राहिला. तेवढ्यात ड्रायव्हरने मोटार सुरू केली. सर्कशीतल्या रिंगणात पळणाऱ्या घोड्याला विदूषक चिकटावा तसा चालत्या गाडीला किन्नर चिकटला. गाडी निघून गेली.

लोहार बयता गडी होता. त्याचा अपमान नगरीला जास्ती झोंबला नाही. पण पाटील म्हणजे पांढरीचा भेंडा. मोटारवाल्याने त्याला धक्काबुक्की करणे म्हणजे उभ्या नगरीला धक्काबुक्की करण्यासारखे झाले! या जबरदस्त अपमानाने सातशे तेरा वस्तीचे आमचे गाव फार संतापले. संध्याकाळी दिवेलागणीच्या वेळेला घरोघर तराळ फिरला आणि गावातली सर्व प्रतिष्ठित मंडळी देवळासमोर जमली. गाव कशासाठी जमले आहे, हे सर्वांनाच माहीत नव्हते. जो-तो म्हणू लागला, ''काय भानगड आहे? गाव कशासाठी बोलविले आहे?'' तेव्हा श्रीपती पाटलांनी उंच आवाजात म्हटले, ''अरं जोतिबा, गावाला माहिती पडू दे. काय काय झालं, कसं कसं झालं, ते सगळं मूळ श्री गणेशापासून सांग.''

यावर जोतिबा पाटील गप्पच बसला. तो एवढंच बोलला, ''काय सांगायचं? मान सांगावा जनाला आन् अपमान सांगावा मनाला.''

"म्हणजे, हे काय तुझं बोलणं झालं? झाली गोष्ट समजल्याशिवाय नगरीनं विचार काय करावा? मगं आमाला बोलावलं तरी का?"

यावर नेवर्ती लिगाडे म्हणाला, "तुमचं तरी हे काय बोलणं झालं का श्रीपती पाटील? आपल्या अपमानाची हकिगत सर्व नगरीपुढे सांगायला तुमाला गोड वाटंल का?"

"नव्हं, पर ह्यो अपमान आमचा नाही का? का एकट्या जोतिबाचाच हाय?"

यावर धागा धरून कोणी तरी विचारले, "ह्यो अपमान म्हंजे कोनचा, ते तरी कळू दे."

श्रीपती पाटील बोलला, "आत्ता घ्या! तुमच्या रानातल्या पिकाची नासाडी केली एखाद्या परगावच्या मानसानं. तुमी आडवं जाऊन त्याला जाब विचारला आन् त्येनं चुकी पदरात घेऊन जी समजूत काढायची की, वाटंच्या कडंला तुमचा भुईमूग आहे, खायाचा जिन्नस म्हणून आमी चार ढाळं उपटलेले हायेत; तुमी मनावर घेऊ नका – असं सांगण्याऐवजी जर जोरावर येऊन तुम्हाला चार धक्कं हाणलं, तर त्यात अपमान न्हाई तर काय मान होईल का तुमचा?"

धर्माजी शिंदे मध्येच बोलला, "धक्कं सोसलं का हो तुमी? तुमी चार धक्कं द्यायचं आन् फिटंफाट करायची. मग मान-अपमानाची बाजूच निघत नव्हती."

इतका वेळ गप बसलेला जोतिबा या बोलण्याने एकदम खवळला, "अहो, समदी मोटार मानसांनी गच भरलेली. डायवर-किन्नर दोघं मिळून अंगावर आल्यावर तुमी तरी उलट धक्कं द्याल का? समदी काय तुमावानी मेहनत करून पहिलवान झालेली न्हाईत."

धर्माजी म्हणाला, "दोघं जरी आली तरी त्येंनी चार दिल्यावर तू उगीच एक-अर्धा तरी दिलास का न्हाईच?"

"तर! मी काय गप राहिलो काय? पर किन्नर आन डायव्हर दोघंबी चांगली नेटाक आन् मी हलका गडी, आन् एकला. काय करनार?"

यांचे आपसातच बोलणे सुरू झाले. झाली हकिगत श्री गणेशापासून सांगितली गेली नाहीच. हे पाहून श्रीपती पाटील पुन्हा म्हणाले, "ये धर्माजी, हे राहू दे. हं, जोतिबा कसं कसं झालं, काय काय झालं, ते सगळं मूळ श्री गणेशापासून सांग. नगरीला माहिती पडू दे!"

पण नगरीला आत्ताच्या बोलण्यावरून सगळे समजलेच होते. जोतिबा पाटलाला आपला अपमान बोलून दाखविण्याची काही गरजच राहिली नव्हती. काय काय भानगड झाली आणि गाव कशासाठी जमवले आहे, हे सर्वांना समजून चुकले. मोटारवाल्याने अशी धक्काबुक्की केली, हे कुणालाच न्यायाचे वाटले नाही. तरण्या पोरांना नाही आणि म्हाताऱ्यांनाही नाही. यावर काय करावे – फौजदारी करावी की

मोटारवाल्याला झोका द्यावा का, याची वाटाघाट झाली. पण तूर्त एवढ्या लांबवर जाऊ नये, असे म्हाताऱ्या मंडळींचे म्हणणे पडले. सकाळी मोटार परत येईल तेव्हा गावाने पुढे होऊन झाल्या गोष्टीचा जाब मोटारवाल्याला विचारावा, एवढा विचार पक्का झाला. मंडळी हलली.

सकाळी मोटारवाला तालात मोटार हाकीत ओढा ओलांडून अलीकडे आला आणि नेहमीच्या ठाण्यावर मोटार उभी राहिली, तेव्हा मारे रंगीत कोसले-पटके बांधलेली गावची पाच-पंचवीस पोरं पुढं झाली. गावातला राखणदार नाईक चाकावर बसलेल्या ड्रायव्हरला म्हणाला, "डायवर आन् किन्नर कुठं हायेत? त्यांनी खाली उतरावं!"

कालची झालेली भानगड आणि ही पाच-पंचवीस पोरं, त्यांचे चेहरे बघून ड्रायव्हर-किन्नरने लगेच रंग ओळखला. आता आपला चुरा होणार या धास्तीने त्यांच्या तोंडचे पाणी पळाले. दोघेही खाली उतरले आणि काही न बोलता-सवरता त्यांनी मोटारीच्या अवतीभोवती उभ्या राहिलेल्या माणसांतून दोन म्हातारी माणसे हेरली आणि गपागप जाऊन त्यांचे पाय धरले. काकुळती येऊन दोघेही म्हणू लागले, "आमच्या हातून चुकी झालीया. एकबार पदरात घ्या. त्याशिवाय आम्ही पाय सोडत नाही."

पण पोरे फार चढाला आली होती. ती म्हणाली, "मोटारवाल्याची जात बारा गावचं पानी पेलेली. आता पाया पडत्याल, पर उद्या गुण दावत्याल. हेस्नी आता मातुर सोडू नका. आता कच्ची सोडाल, तर ही उलटल्याशिवाय राहनार नाहीत."

जोतिबा पाटील पुढे होऊन किन्नर-ड्रायव्हरला धक्के देऊ लागला आणि म्हणू लागला, "आरं, आता पाय पडताय. मला धक्का माराया तुमाला काय वाटलं नाही का? भुईमूग खावा वाटतो होय तुमाला! आता रायानू, तुम्ही धड माघारी जात नाही!"

पण दोघेही काही बोलेनात. त्यांनी वडीलमाणसांचे पाय धरण्याची घाई घेतली. तोंडाने सारखा धोशा सुरू ठेवला, "आमच्याकडून चुकी झाली. एकवार माफी करा."

मग ज्या-ज्या म्हाताऱ्या माणसांच्या पायाला धरून ड्रायव्हर-किन्नरने विनवण्या केल्या, ती-ती माणसे विरघळली आणि त्यांनी पोरांना दटावले, "आरं, द्या सोडून; शरण आलेल्याला काय मारताय? मोटारवाले, उठा आन् हाना गाडी! मोटारीत बसल्या शिटांचा खोळंबा होतोय."

जोतिबा म्हणाला, "आन् पुन्ना ह्याच्या हातनं आगळीक झाली म्हंजे हो नाना?"

"आरं, झाली आगळीक, तर त्यावर इलाज करायला नगरी हाय, जोतिबा. ही गरीबं काय करत्यात? द्या सोडून एकवार. लई काकुळती आल्यात."

चार शहाण्या माणसांचे असे म्हणणे पडले, तेव्हा पोरांनीच पड खाल्ली. मोटारवाल्यांना सोडून द्यायला हरकत नाही; पण त्यांनी काही अटी कबूल कराव्यात, असे पोरांचे म्हणणे पडले. मोटारवाल्याला पोरांनी अटी घातल्या –

१. गावच्या बलुतेदारास्नी मोटारीतून फुकट न्यावे. त्याबदली बलुतेदारांनी मोटारवाल्यांची कामे करावीत. खिडकी मोडली तर सुताराने दुरुस्त करावी. लोखंडाचे काम लोहाराने करावे. गाद्या फाटल्या तर व्हलाराने त्या शिवून द्याव्यात. मोटार लागून मोटारीत कुणी घाण केली, तर महाराने मोटार धुऊन काढावी.

२. मोटारीत जागा असली नसली तरी आमच्या गावच्या माणसाला फार नड असल्यावर त्याला ड्रायव्हरच्या कडेला बसवून का होईना, पण न्यावे.

३. तिकिटाचे पैसे कमी असले, तरी तिकीट द्यावे आणि उरलेले पैसे सवडीने घ्यावेत.

४. शेंगांचा डहाळा, ओला हरबरा, रताळे, गाजरे – काहीही पाहिजे असल्यास मोटारवाल्याने धन्याच्या माघारी घेऊ नये, धन्यास मागून घ्यावे.

या चारही अटी मोटारवाल्यांनी मान्य केल्या आणि गावाने अडवलेली मोटार सोडली.

दुसऱ्या दिवशी रात्री निजानीज होतेय ना होतेय, तोवर मोटार वाजू लागली आणि दूरवर दिवे दिसू लागले. या वेळेला मोटार कधी येणार नाही, ती का आली, हे लोकांना कळेना. लोक अंदाज बांधीत होते, तोवरच मोटार आली आणि तिच्यातून चार शिपाई आणि एक हवालदार खाली उतरला. पाटील आणि नाइकाला त्यांनी बोलावून घेतले आणि जवळची यादी दाखविली. सहा लोकांना धरणे आले होते. मोटारवाल्यांनी फिर्याद केली होती. पाटलांनी लोकांची घरे निमूट दाखविली. घटकाभरातच गावातली प्रमुख सहा पोरे धरून मोटार तालुक्याकडे गेली.

फौजदाराने या पोरांना कचेरीत बसवून ठेवले. दम दिला. तीन दिवस अन्नपाण्याविना पोरे बसली, तेव्हा तालुक्याचा एक भला माणूस उठला. त्याने मध्यस्थी करून प्रत्येक पोराकडून पंचवीस-पंचवीस रुपये फौजदारास देऊन खटला मिटवायचे आश्वासन दिले. पोरांनी घरी निरोप पाठविले, तेव्हा त्यांच्या घरच्या माणसांनी धान्यधुन्य विकून पैसे उभे केले आणि पोरे सोडवून आणली. नगरीचे मन मोटारवाल्याविषयी पारच विटून गेले. तिकिटाचे पैसे पुरे जवळ असल्याशिवाय कुणी मोटारीकडे फिरकेना. गर्दी आहे, जागा नाही – असा शब्द मोटारवाला बोलताच नडीचा माणूससुद्धा बळ करून मोटारीत बसेना. बलुतेदार माणसे मोटारने फुकट जाण्याऐवजी बाजाराला, स्टेशनाला, तालुक्याला पायी-पायीच जाऊ लागली. मोटारवाल्याला नगरी विचारीनाशी झाली.

पुढे आषाढाचे दिवस आले. पाऊस पडून ओढे-नाले वाहू लागले. मोटार

जागोजाग अडू लागली. प्रवासी लोकांचा खोळंबा होऊ लागला. एका संध्याकाळी आमच्या गावच्या ओढ्यालाही थोडेसे पाणी आले आणि स्टेशनकडून मोटार येऊन ओढ्यापलीकडे थांबली. पाणी फार थोडके होते. मोटार सहज जाण्यासारखी होती म्हणून ड्रायव्हरने धीर करून गाडी घातली. इंजीन आवाज करीत कसेबसे मध्यापर्यंत गेले आणि ऐन ओढ्याच्या मध्यात येऊन मोटार रुतली. मऊ वाळूत चाके गरागरा फिरू लागली. तोवर पाऊसही उठला. ओढ्याचे पाणी चढू लागले. आत बसलेल्या लोकांनी आपले सामानसुमान उतरून घेतले. मोटार रिकामी केली. मोकळ्या मोटारीचे डबडेच ओढ्यात अडकून राहिले. घाबऱ्याघाबऱ्या ड्रायव्हर-किन्नर गावात आले. महार-रामोशी आणि गावातले लोक यांनी जमून मोटार बाहेर काढावी, असे त्यांचे म्हणणे होते. पण नगरी नाराज होती. ज्याला हाक मारावी, तो म्हणे, "व्हा पुढे, हा आलोच." पाटलाने तसेच सांगितले, रामोशांनी तसेच सांगितले आणि महारांनी तसेच सांगितले. ओढ्याच्या वरच्या भागात तुफान पाऊस पडत होता. ड्रायव्हर-किन्नर फार फार घाबरे झाले होते. पण ज्याला हाक मारावी, तो म्हणे, "व्हा पुढे, हा आलोच –" एक माणूससुद्धा धावत घराबाहेर येईना. मोटारवाले मग काकुळतीला आले. रुपये पन्नास देतो, पण बैल लावून एवढी मोटार काढा म्हणाले. लोकांची मने नाराज झाली होती; तिथे पन्नास दिले काय आणि हजार दिले काय, काही उपयोग नव्हता. बरे, हाक मारल्यावर कोणीही, काहीही म्हणाले नाही. मोटारवाल्याकडून गावाशी झालेल्या वागणुकीचा कोणी उच्चारही केला नाही.

मोटारवाले पावसात भिजत ओढ्याच्या काठावर उभे राहून मोटारकडे बघत होते. तेवढ्यात एकदम जोराचा लोंढा आला. गढूळ पाण्याचा प्रवाह गर्जना करीत, फेस ओकीत आला. मोटारचे डबडे उलथेपालथे झाले. गडाड्मऽ धडाड्मऽ करीत ओहोटीला लागले. काळोखात डबडे दिसेनासे झाले, तेव्हा मोटारवाले उठून देवळात आले आणि थंडीने कुडकुडत दिवस उगवण्याची वाट पाहू लागले.

सकाळी पाणी थोडके उतरले होते आणि मोटार चांगली अर्धा फर्लांग जाऊन काठाच्या गाळात रुतली होती. फळ्या एकीकडे, पेट्रोलचे डबे एकीकडे, तर नावाची पाटी एकीकडे – अशी मोटारीची दशा झाली होती. चाकांतून मुलुखभर वाळू बसली होती. इंजिनात गाडीभर गाळ शिरला होता.

मोटारवाले चालत तालुक्याला गेले आणि मोटारमालकाला झाली गोष्ट सांगितली. मोटारीचा मालक गाडी-बैल बरोबर घेऊन आला. गाळात अडकलेलं डबडं त्याने झटका घेऊन बाहेर काढले. तो मोडका सांगाडा त्याने ओढून तालुक्याला नेला. त्यावर पुन्हा आमच्या गावाला मोटार चालू झाली नाही.

■

४

तळ्याच्या पाळी

पहाटेच्या थंड चांदण्यात वाटेच्या दोन्ही बाजूंची घरे झोपली होती. काळ्या सावल्यांची घोंगडी त्यांच्या अंगावरून पार रस्त्यावर आली होती. कुठे तिकोनी कोपरा, तर कुठे चौरस पदर. दादू मुसलमानाच्या घरापुढचा गोल कडुनिंब नुकताच जागा झाला होता. डहाळ्या आळस देत होत्या. निंबाच्या पायाशीही काळे पांघरूण गोळा होऊन पडले होते. निंबाच्या डोक्यावर बगळ्याची पांढरी फुले चांदणे अंगावर घेत होती. कुंभाराच्या घरापुढच्या लिंबाखाली झोपलेली काळी म्हैस अर्धी भोरी झाली होती. डावीकडच्या मोकळ्या पटांगणात सोडलेली बैलगाडी लहान मुलासारखी गुडघे उभे करून झोपली होती.

पायांचा आवाज होऊ नये, म्हणून सावकाश चालत मी ओढ्याची वरंगळ उतरलो; ओल्या वाळूवरून कुरुकुरु चालत पलीकडे गेलो. टेकाड चढून जाताच पिकातून ऊबदार वारा आला. जोंधळ्याच्या कणसांचा खरपूस वास आला. रानावरची काळोखी अजून गेली नव्हती. बांधावरचे ओले गवत पोटऱ्यांना गुदगुल्या करीत होते.

मग मी आपल्याच नादात भराभरा चालू लागलो. उताराला लागलेल्या चाकासारखा गाडीगुडी करीत पळू लागलो. दिवस उगवायच्या आत मला बुध्याळच्या तळ्यावर पोहोचायचे होते. आकाशात पोलादी रंगाचा भलामोठा ढग या कडेपासून त्या कडेपर्यंत पसरला होता. मधे-मधे असलेल्या आडव्या फटींतून सकाळचा ताजा उजेड बाहेर आला होता. डावीकडच्या बुटक्या बाभळीवर पिसे फुलवून बसलेला पठाणी होला सकाळी-सकाळीच घाईला येऊन घुमत होता; पण बघताना वाटत होते की, श्रावणमासातल्या कोवळ्या पालवीने आणि पिवळ्या रंगाच्या फुलांनी डवरलेली बुटकी बाभळच घुमते आहे.

मी येताना गुपचूप उठून आलो होतो, तरी आई जागी झाली होती. पाण्याच्या भांड्यावर मी आवाज

केला, तेव्हा तिने अंथरुणावरूनच विचारले, "एवढ्या लवकर का रे उठलास बाबा? आज कुठं पाखरं मारायला जायचा आहेस का?" मी म्हणालो.

"पाखरं मारायला नाही, पण बंदूक घेऊन तळ्यावर निघालोय. त्या निमित्तानं तरी तळं पाहीन. मी पाहिलंच नाही अजून!"

"आणि जेवणाचं रे?"

"दे पाठवून दशम्या, गड्याबरोबर –"

"मग चहा तरी घेऊन जा."

"नको, वेळ होईल. उन्हाच्या आत मला तळ्यावर पोहोचायचं आहे."

"एकटा जातोस; वाट माहिती आहे का?"

"नाही, पण जातो डोंगर समोर ठेवून. सात-आठ मैलांत चुकतो कशाला!"

दूर डोंगराची निळी-काळी रांग दिसत होती आणि माझ्या जलद चालण्यामुळे पाठीशी असलेली बंदूक दस्त्याने मला थोपटीत होती. हां-हां म्हणता तळे गाठीन, अशा जोमाने मी पावले उचलीत होतो.

माणदेशाचा सगळा मुलुख कोरडा ठणठणीतच. आजूबाजूला कोठे तळे, नदी, काही नाही. पाऊस पडायचा तो कधीमधी. जिराईत पिकावर उगीच खारकेसारखे कणीस पडावे, इतका. दर तीन सालांआड एखाददुसरे साल अवर्षणाचे येई. अशा या वैराण मुलुखात मोठा थोरला तलाव झाला होता आणि तो मी अजून पाहिला नव्हता. तो डोळ्यांनी बघावा, म्हणून मी पळत होतो.

मला कळू लागले तसा मी या बुध्याळच्या तळ्यासंबंधी ऐकत होतो. माझे आजोबा म्हणे या तळ्यावर कामाला होते. आजोबांनंतर वडीलही काही दिवस होते आणि अगदी अलीकडे माझे चुलतेसुद्धा इथेच कामाला लागले होते. या तळ्याचे काम होते आहे – होते आहे, असे म्हणता-म्हणता इतकी वर्षे ते रेंगाळले होते की, कधी काळी हा बंधारा पुरा होऊन आजूबाजूचा टापू हिरवागार होईल, अशी आशा कुणाला वाटत नव्हती. लोक या तळ्याविषयी बोलताना मी ऐकले नव्हते. शेतकरी कधी आतुरतेने वाट पाहताना पाहिले नव्हते. दुष्काळ आपल्या पाचवीला पुजला आहे, असे धरूनच लोक चालले होते.

पण आश्चर्याची गोष्ट म्हणजे, हे तळे पुरे झालेले होते. त्याचे पाणी मिळून माझ्या गावच्या डाव्या बाजूची सर्व तांबड जमीन हिरवीगार झाली होती. एरवी उजाड दिसणारी; दर वर्षी केवळ पायली-चार पायली कडधान्ये आणि पाच पायली-आठ पायली बाजरी देणारी ही निकृष्ट जमीन आता पाटाच्या पाण्याने श्रीमंत झाली होती. भुईमुगाच्या शेंगेचे अमाप पीक येत होते. गेल्या वर्षी एकट्या विट्या गावाने दोन लाख रुपयांची शेंग विकली होती. लोक आता शेंगेचा उल्लेख 'फोलफटे' असा

करीत होते. एका बाजूलाच आलेले पाणी वर्षभरात गावच्या दुसऱ्या भागातही येणार होते. माझ्या गावचे दारिद्र्य फिटणार होते. आता येथून पुढे गोरगरीब लोक 'जगायला' परगावी जाणार नव्हते. आले तर आता बाहेरचेच लोक येथे जगायला येणार होते. एवढा बदल ज्या बुध्याळ तळ्याने केला, ते इतक्या शेजारी असून मी अद्याप पाहिले नव्हते. माणदेशच्या या भूमीत पाण्याचा विस्तीर्ण जलाशय पाहायला मिळणे, म्हणजे केवढी अशक्यप्राय गोष्ट! आणि मी असा करंटा की, सालोसाल गावी जाऊनही हे तळे बघून मी माझे डोळे थंड केले नव्हते. म्हणूनच आज ब्राह्म मुहूर्तावर मी तळ्याच्या प्रवासाला पायीच निघालो होतो. पायी अशासाठी की, पाण्याने श्रीमंत झालेली जमीन मला जवळून बघायची होती. तिच्या मातीवरून फिरायचे होते, तिचे सुगंधी श्वास मला हुंगायचे होते.

मध्येच पाट लागला. तळ्याचा पाट, त्याच्याभोवती सुरेख सडक झाली होती आणि एका वळणावर सुंदर काळ्या अक्षरांत रंगविलेला दगड होता –

MADGUL - 4

यापूर्वी माझ्या गावाचे नाव कधी मैलाच्या धोंड्यावरसुद्धा आले नव्हते. अशी सुरेख सडक माझ्या गावाला अद्याप कधी आली नव्हती. मी रुबाबात चालत त्या धोंड्यापाशी गेलो आणि गुडघ्यावर हात ठेवून ती अक्षरे वाचली –

MADGUL - 4

छाती पुढे करून जमिनीवर रोवलेला तो पांढराशुभ्र दगड माझ्याकडे बघत होता. त्याला 'रामराम शेठ' असे म्हणावे, असे मला वाटले; इतका तो जिवंत वाटला. त्याच्याकडे प्रसन्न मुद्रेने पाहून मी केवळ डोळे किलकिले केले, जिवणी रुंद केली आणि पुढे चाललो. एक लहानसा पूल ओलांडला. पूल हं! अजून माण नदीवर पूल नव्हता, अजून गोमेवाडीच्या ओढ्यावर पूल नव्हता. दिवाळी-दसऱ्याला मी गावाकडे निघालो असताना या आडमाप नदी-नाल्यांनी मला कितीदा तरी अडविले होते. जोरदार पाऊस झाला की, माडगूळकडे जाणाऱ्या सगळ्या वाटा बंद होतात. अद्याप, एकसष्ट सालीसुद्धा होतात. हे पूल केव्हा होतील, परमेश्वर जाणे! पण आज चोपडी गावाकडे जाणाऱ्या या भिकार ओढ्यावर कसा सुबक पूल झाला होता – ही सारी किमया तळ्याची!

कधी तालीवरून, कधी बांधावरून, कधी गाडीवाटेने, तर कधी पाऊलवाटेने चालत मी तळ्याचे अंतर कमी करीत होतो. पळत-पळत डगरी चढत होतो. या बांधावरून त्या बांधावर उड्या मारीत होतो. सकाळचा थंड वारा माझ्या अगदी डोक्यात चढला होता; मध्येच भुंड्या खडीच्या उतारावर वसलेली वाडी लागली. पिवळ्या काडाने शाकारलेली घरे, पांढऱ्या मातीने सारवलेल्या भिंती मध्येच उभा राहिलेला तरतरीत लिंबाचा डहाळा, घराभोवती घातलेली काट्यांची कुंपणे, हिरव्या

गडद रंगाची शेराची झाडे... वाडीतले कोंबडे चढ्या आवाजात बांग देत होते. माणसे नुकतीच जागी होऊन घराबाहेर पडू लागली होती.

वाडीला बगल देऊन मी चढाला लागलो. पिकाऊ रान आता संपले होते. बरड जमीन लागली होती. डोंगराची सुरुवातच ती. जिथे तिथे खडी आणि मोठमोठे धोंडे दिसत होते. झाडे-झुडपे या मुरमाड जमिनीवर मूळच धरू शकत नसावीत. इकडे-तिकडे लवणे होती. त्यात मात्र हिरवे-पिवळे तरवड, बुटक्या बाभळी आणि बोराटी असली झुडपे दिसत होती. मी लवणात उतरलो आणि पायाशेजारच्या झुडपातून 'फटर्रर्रऽऽ' अशी एक भुरगुंजी उडाली. जमिनीबरोबर भरारत पलीकडच्या बांधाआड पडली. आता हिच्याबरोबरच्या चार-सहा भुरगुंज्या इथेच कुठे तरी जमिनीबरोबर मुरून माझ्याकडे बघत असतील, हे मला कळले. मी जागचा थोडा हललो की, त्या पुन्हा भरारल्या असत्या. मग मी झाडाच्या बुंध्यासारखा गप्प उभा राहिलो आणि डोळ्याच्या कोपऱ्यातून डाव्या बाजूला नेपतीच्या जाळीकडे बघू लागलो. आई दिसेनाशी होताच पाच-दहा मिनिटांनी भिंतीआड लपलेली पोरे पळून दुसऱ्या गल्लीत जावीत, तशा चार-पाच भुरगुंज्या जाळीआडून उठल्या आणि पहिली जोडीदारीण ज्या दिशेने गेली, त्या दिशेने पाय लावून पळाल्या.

"अगं सटवायांनो, अशा पळताना जर एक सहा नंबरचा छरा टाकला असता, तर तुम्ही सगळ्या जागच्या जागी पडला असतात. मुरून बसायचं तुम्हालाच तेवढं कळतं काय?"

पण आज पाखरे मारणारच नव्हतो; मी तळे बघायला आलो होतो.

आता चांगले फटफटीत झाले होते. चांदणे कुठल्या कुठे जाऊन सकाळचा ताजा प्रकाश फाकला होता. आता एवढ्यात सूर्याचा तांबडाभडक गोळा समोरच्या क्षितिजावर येणार होता. माझ्यापुढे उंच टेकडी होती. ही चढून गेलो की, खाली मला तळे दिसणार होते. तळ्याच्या पाण्याआडून लाल कमळ उमलावे, तसा उगवणारा सूर्य दिसणार होता. मग पुढे वाकून आणि वरचेवर श्वास रोधून मी चढण चढू लागलो.

सगळी चढण चढून डोंगरमाथ्यावर उभा राहिलो आणि समोर पाहिले. वाहवा! केवढा निळाशार विस्तीर्ण जलाशय समोर पसरला होता! माझ्या डाव्या बाजूला डोंगराची चढण कमी-कमी होत गेली होती. तिथून पुढे काटकोनात तलावाचा लांबच लांब भरावा होता. पन्नास-पंचावन्न वर्षांपूर्वी माझ्या आजोबांनी इथेच उभे राहून हजेरी-बुकात कामकरी लोकांची हजेरी मांडली होती. ऐन विशीत इथल्या साहेबापुढे माझ्या वडिलांनी 'दिगंबर बळवंत कुलकर्णी, माडगूळकर' अशी फर्डा मोडीत सही केली होती आणि त्या सहीवर खूश होऊन त्यांना दरमहा बारा रुपयांची नोकरी या तळ्यावरच लागली होती. पोलिसांत नोकरी करून पेन्शन घेतलेले बिटाकाका

अगदी काल-परवा इथेच, याच तळ्यावर पाटकरी म्हणून कामाला लागले होते. माझ्या धाकट्या भावाने याच तळ्याचे पाणी पाजून गेल्या वर्षी दोन हजारांची शेंग काढली होती.

पलीकडे टेकडावर पिंपरणीच्या छायेत तांबड्या छपराचा बंगला होता. त्याच्या पलीकडे कामगारलोकांची आखीव वस्ती होती. निळ्या खंड्या पाखरांप्रमाणे माझी नजर पाण्यावरून तरळून उजव्या बाजूला आली. चोहोकडे काळी-तांबडी-हिरवी शेते होती. बाजूला लहान-लहान झोपड्या आणि मधे सगळे पाणीच पाणी पसरले होते. मी उभा होतो, त्या नालाच्या आकाराच्या डोंगराने हे सगळे पाणी आपल्या कवेत घेतले होते. पाण्यावरून वाफा निघत होत्या. पांढरे बगळे ठिकठिकाणी ठिपके दिल्यासारखे बसले होते. पाणी हलत नव्हते, डोलत नव्हते. समोरचे क्षितिज तांबडेलाल झाले होते. दिवस उगवला. निळसर पाण्यात तांबड्या आकाशाचे प्रतिबिंब पडले होते. बघता-बघता तांबडा रंग सोन्यासारखा पिवळाधमक झाला. सूर्य वर चढला आणि तुरळक पांढऱ्या ढगांनी भरलेले सगळे आभाळ पाण्यावर तरंगू लागले. पकुर्ड्या पाखरांचे थवेच्या थवे कलरव करीत उडू लागले. झाडाझुडपांचे शेंडे कोवळ्या प्रकाशाने झळाळून उठले. उंच डोंगरावर उभे राहूनसुद्धा हे विलक्षण सुंदर दृश्य माझ्या डोळ्यांत मावेना. मी पाण्याचा लहानसा थेंब झालो आणि त्या थंडगार जलाशयात मिसळून दिसेनासा झालो.

सकाळचे नऊ वाजले तेव्हा डोंगरमाथ्यावरून, पठारावरून मनमुराद भटकून मी तळ्याच्या पाळी आलो. माझ्या मागे हिरवळीने भरलेला डोंगर होता. समोर पाणी होते आणि मधल्या पठारावर पिकाच्या नव्या पट्ट्यांनी भरलेले तांबडे रान होते. बंदूक पाठीला लावून लेफ्ट-राइट करीत बाभळींच्या ओळीने झालरलेल्या लहानशा तालीपाशी आलो. मध्येच आंब्याचे डेरेदार झाड होते. इथे मुळीला उसे देऊन साळुंक्यांचे बोल ऐकत पडावे आणि गावाकडून येणाऱ्या दशम्यांची वाट बघावी, या हिशेबाने मी झाडाखाली पोहोचलो.

माझ्या अगोदरच एक म्हातारा तालीवर बसला होता. त्याने तळ्याकडे पाठ केली होती. समोरच्या उतारावर त्याची चार-दोन काळी बांडी शेरडे चरत होती. सकाळपासून माणसाचे दर्शन प्रथमच होत होते. मी जवळ गेलो आणि बंदूक काढून आंब्याच्या खुंटाला अडकवीत म्हणालो, "राम, राम, बाबा."

बाबाने गुडघे उभे करून त्याभोवती हाताची मिठी घातली होती. वहाणा, काठी बाजूला ठेवली होती. पटका बैजवार काढून पालथा घातला होता. कपाळावर पंज्याची सावली धरून त्याने माझ्याकडे वर मान करून बघितले आणि घसा साफ करून रामरामी परत केली.

"राम, राम."

माझ्या खाकी गणवेशाकडे, बंदुकीकडे बघून त्याला बुचकळल्यासारखे झाले असावे. मोहरा फिरवून तो माझ्याकडे बघत राहिला.

पँट सावरून मी बूट काढले आणि उबगलेली पावले हलवीत पाय पसरून बसलो. मग म्हातारा म्हणाला, "काई घावलं का?"

"नाही, सहज फिरायला आलो होतो. असावी म्हणून बंदूक आणली बरोबर."

म्हातारा पार पिकला होता, तरी त्याचा आवाज खणखणीत होता. तोंडावर रेषांच्या आडव्या, उभ्या, तिरक्या रेघोट्या... पांढऱ्या भुवया, पांढऱ्या मिश्या, डोईचे केस शुभ्र पांढरे – असा तो म्हातारा मला या जागेचा वास्तुपुरुष वाटला.

मी विचारले, "इथलेच का बाबा तुम्ही?"

बाबांचा आवाज नाही म्हटले तरी थोडा कापरा होता. शेजारी ठेवलेला वहाणांचा जोड उगीचच उचलून बाजूला ठेवीत म्हातारा बोलला, "हा, हितलाच!"

मी उत्साहाने बोललो, "बरं झालं नाही, तुमच्या हयातीतच तळं झालं. पिकास्नी पाणी मिळू लागलं. आनंद झाला आपल्या मुलखाला या पाण्यानं!"

म्हाताऱ्याच्या आवाजात मात्र मला दुःख जाणवले. चकित होऊन मी विचारले, "चोहीकडे आनंद झाला बाबा! आपल्या दुष्काळी मुलखाला आणखी काय पाहिजे?"

म्हाताऱ्यानं पुढे झुकून खडे वेचले आणि लांब टाकून दिले. पाठमोरा होता तो तळ्याला सन्मुख होऊन कापऱ्या, टोकदार आवाजात बोलू लागला, "त्या तिथं आमचं गाव हुतं... तिथं माझं घर हुतं, परडं हुतं, परड्याला लागून गाईगुरांचा गोठा होता... कुठाय ते सगळं आता...? गेलं, पार पान्याखाली गेलं... खानाखुनासुद्धा ऱ्हाइल्या न्हाईत. आरं, दावायला जिमीन न्हाई ऱ्हाइली, ते खुना कुठल्या? बाबा माज्या, आमचं सगळं सगळं गेलं. गाव गेलं... देवाळ गेलं... पार गेला... चावडी गेली...."

"मग बाबा, आता तुम्ही राहता कुठं?"

"थ्या तिकडं, भुंड्या पठारावर ऱ्हातो डोंबाऱ्यावानी! वनवासवाडी नाव पडलंय गावाला!"

म्हातारा भडाभडा बोलून गप्प बसला. टोल पडून गेल्यावर घंटा हलत राहावी तशी त्याची मानच तेवढी हलत राहिली. मला काय बोलावे, हेच कळेना. जरा वेळाने मी म्हटले, "पण बाबा, सरकारनं तुम्हाला जमिनी दिल्या, नवं गावठाण दिलं, तळ्यात गेलेल्या जमिनीबद्दल मोबदला दिला. घराबद्दल पैका दिला. दिला की नाही?"

"व्हय, दिला." असे म्हणून शून्य दृष्टीने म्हाताऱ्याने पाण्याकडे बघितले आणि तो बसल्या-बसल्याच पुढे सरकला आणि माझ्यापाशी येऊन म्हणाला, "माजा एक पुतण्या रेलवेवर वाचमेन हुता. त्यो गाडीखाली घावला आन् त्येचा उजवा पाय

गुडघ्यातून पार गेला. सरकारनं भरपाई म्हणून पैका दिला... पन पाय न्हाई दिला!''

या वेळी काय बोलावे, हेच मला सुचले नाही.

घटकाभराने मी उठलो आणि म्हाताऱ्याचा निरोप घेऊन चढण चढू लागलो. मध्येच पाठमोरा होतो, तो सन्मुख होऊन तळ्याकडे दृष्टी टाकली. सूर्य आता पुष्कळ वर आला होता. ऊन चांगले तापले होते. सकाळी अफाट दिसणारे तळे आकसून, डबक्यासारखे दिसत होते.

■

५

बाबू म्हाताऱ्याचा शेवट

सूर्यदेव मावळायला आला होता. उदासवाणी संध्याकाळ होत होती आणि आपल्या रानातल्या घराकडून निघालेला बाबू म्हातऱ्या गावमारुतीच्या देवळाकडे येत होता. अंगापिंडाने बैलासारखा असलेला म्हातऱ्या, पण आता त्याच्या चालण्यात पूर्वीचा रुबाब नव्हता. हातातल्या सोट्याच्या आधाराने धडपडत, भेलकांडत तो येत होता. ज्याला बघून वाघाने लेंडी टाकावी, असा हा म्हातऱ्या; आता वयाने पार थकला होता. पडतील-पडतील म्हणता बरेच दिवस तग धरून राहिलेले त्याचे दात आता पार पडून गेले होते. लहान डोळे विझत आल्यासारखे वाटत होते. त्याच्या कणखर आणि धिप्पाड शरीरावरची कातडी सुरकुत्या पडून लोंबू लागली होती. छे, छे, माणूस थकला की गेला! जवानी त्याने कितीही गाजवलेली असू दे, बारा रेड्यांचे बळ त्याच्या अंगी असू दे; वर्षे भरली की तो खाली आला. त्याचे सारे संपले!

गाडीच्या जुवासारखे आपले रुंद खांदे खाली पाडून म्हातऱ्या वेशीत शिरला. पांढरीच्या मातीने त्याचे जोडे, पाय पुटावले होते. पिंढऱ्यांवर झुडपांनी ओचकारे काढले होते. कमरेचे धोतर अंगावरच्या कातडीइतके जुने झाले होते. पूर्वी तो सहसा अंगात काही घालत नसे. पण आज जाड घोंगड्याची बंडी त्याने अडकविली होती आणि दात नसलेले जाभाड सारखे हलवीत तो देवळाकडे जात होता. नवख्या माणसासारखा इकडे-तिकडे बघत होता. त्याची पोरेसोरे आता चांगली जाणती झाली होती. संसाराची, कुणबाव्याची उस्तवारी ती नीट रीतीने बघत होती. आपल्या म्हाताऱ्या बापाचे त्यांना ओझे वाटत नव्हते. पण म्हातऱ्या सुखी नव्हता. आपण थकलो, आपले आता काही चालेनासे झाले, आपली पूर्वीची शक्ती नाहीशी झाली; ही गोष्ट त्याच्या जिव्हाराला फार-फार लागून राहिली होती. पहिल्यासारखा आताही

कधी तो दांडगाव्याने एखादा लाकडाचा ओंडका उचलू लागे आणि धडपड करूनही त्याला तो जागचा हलत नसे. मग इरेला पडून उसळीसरसा तो त्याला कवेत घेई आणि म्हणे, "बाइली, तुझा तो तेगार किती! माझ्या हिशोबी बारीक काडी तू!"

पण असे बोलूनही ओंडका जागचा हलत नसे. म्हातऱ्या घामाघूम होत असे. पलीकडे मोटेवर असलेले एखादे पोर पाही आणि मोट उभी करून धावत येई. कुस्ती सोडवावी तसा बापाला ओंडक्यापासून सोडवून म्हणे, "अरे, राहू दे की उचलत नाही तर! तुला काय वाटतेय, तू अजून जवानीतच आहेस? गप बस निवाऱ्याला!"

एखाद्या वेळी दावे तोडून पळालेल्या जनावराला धरण्यासाठी बाबू म्हातऱ्या धावून जाई. नेटाने शिंगाला धरी; पण गुराने झिंजाडा मारताच त्याचे हात सुटत. धडपडत, भेलकांडत त्याला दूर व्हावे लागे. ज्याला बघताच मारकी म्हणून गाजलेली खोंडे तोंड वासत, त्या बाबू म्हातऱ्याला कोलमडून पडण्याची पाळी येई! बलदंड म्हातऱ्या! पण वयाने खाली आला होता आणि याचेच त्याला वाईट वाटत होते. गेले दिवस आठवून तो झुरत होता; चडफडत होता.

दगडी पायऱ्यांवर सोटा टेकवून म्हातऱ्या वर चढला. देवळात अंधार येऊ लागला होता. आढ्याची घाटी बडवून आत जाताच तो अधिक गडद वाटला. गुरवाने अजून दिवा लावला नव्हता. कोंदट श्वास घेत म्हातऱ्या जरा वेळ उभा राहिला. डोळ्यांच्या बाहुल्या मोठ्या होताच त्याला दिसू लागले. शेंदराने माखलेला बलभीम रुईच्या पानांच्या माळा घालून उभा होता. म्हातऱ्याने त्याच्यापुढे डोके टेकले. अंगारा कपाळाला लावला. हळूहळू तो बाहेर आला. जोत्याच्या दगडावर बसला. नुकतेच तिथे कोणी बसून गेले असावे. कारण दगडाला ऊब होती. सोटा मांडीवर आडवा ठेवून म्हातऱ्या उगीच बसला. दोन्ही हात जोडून कुठे तरी बघत बसला.

सूर्यदेव बुडत चालला होता आणि उदासवाणी संध्याकाळ झपाट्याने येत होती. रानामाळातून परतलेली माणसे जोडे अर्धवट काढून लांबूनच देवाला हात जोडत होती आणि घाईने पुढे जात होती. खांबालगत बसून राहिलेल्या म्हातऱ्याला कुणी विचारले नाही, कुणी पुसले नाही. तो आपला बसला होता.

खेळाच्या पुढे पटांगण होते. मधोमध दर वर्षी होळी होई तिथे फुपोटा जास्ती होता. तरणीताठी पोरे लोंपाट हमामा खेळत. त्यांच्या पावलांनी फुपोटा उधळला जाऊन तो देवळाच्या भिंताडावर, लिंबाच्या खोडावर बसे. त्या फुपोट्यातच दगडी नाल आणि एक भलीमोठी दगडी गोटी पडली होती. नाल पोरे उचलत; पण गोटी भारी होती. कित्येक दिवसांत ती कुणी वीतभरदेखील उचलली नव्हती. नेटाक पोरे

झट्या घेत; पण ती उचलत नसे. जर कुणी ती उराइतकी उचलली, तर गावातला भारी गडी समजला जाई. सर्व जण त्याला नमून वागत.

बसल्या-बसल्या म्हातऱ्याची नजर त्या गोटीवर गेली आणि त्याला आपल्या जवानीची याद आली. तेव्हा धुळवडीदिवशी सगळे गाव चावडीदेवळापुढे जमा झाले होते. नित्याप्रमाणे पोरे नाल उचलीत होती. कुणी गोटीशी झटत होती. तरणाबांड म्हातऱ्या आवेशाने पुढे झाला. कोपराने त्याने बाकीच्या पोरांना मागे सारले आणि दणक्यासरशी ती जड गोटी छातीइतकी उचलून खाली टाकली. कासऱ्याभरात उभ्या राहिलेल्या माणसांच्या पायाखालची जमीन हादरली. बाबूच्या ताकदीने गाव दिपला. पाटलांच्यात आलेला नवा पाव्हणा पुढे झाला आणि वरचेवर बाबूच्या पाठीवर थाप टाकून म्हणाला, ''शाबास, शाबास! शाबास पोरा! माझी लेक तुला दिली. तिला तुझ्यासारखा नवरा पाहिजे आणि तुलाही बायको तशीच पाहिजे.''

यावर बाबूने खुलासा केला, ''पण पाव्हणे, माझं लगीन झालंय. दोन लेकरं आहेत मला.''

या खुलाशाने पाव्हणा वरमला नाही. उलट जोराने म्हणाला, ''अरे, तू दहा बायका वागवशील! तुला दोन भारी नाहीत! माझी लेक तुला दिली!''

आणि खरोखरच त्याने लेक त्याला दिली. ताडमाड उंचीची, देखणी आणि जवान पोरगी दिली. ती दिली, त्याबरोबर काही कुणाबावाही दिला. त्या धनंतर माणसाने म्हातऱ्याला भाग्य दिलं... हो, माणूस खूश झाला म्हणजे असा होतो...!

जोत्याच्या दगडावर बसून आठवणीतून जवानीच्या काळात गेलेला म्हातऱ्या बाबू एकाएकी जागचा उठला. हळूहळू दाटू लागलेल्या अंधारातून खंबीरपणे चालत त्या गोटीकडे गेला. क्षणभर उभे राहून त्याने आदमास घेतला. खाकरून उजव्या बाजूला थुंक टाकली आणि पांढऱ्या मिशीवर मूठ फिरवली. पाय फासटले, ते एकदा एक, आणखी एकदा एक, असे मागे झाडून पावलाखाली डबरी केली. दोन मेढ्या रोवाव्यात तसे ते जाम रोवले आणि तो खाली वाकला. गोटीला हात लावून त्याने कपाळ शिवले. तळव्यांना माती चोळली आणि गोटीच्या बुडाला हात घातले. श्वास रोखून अंगचे बळ हाती घेऊन म्हातऱ्या जेव्हा ती गोटी उचलू लागला, तेव्हा रक्त उतरून त्याचे डोळे तांबडेलाल झाले. दाटल्या श्वासाने छातीचा भाता फुगला. शिरा तर्रर्र उभ्या राहिल्या. घशाला कोरड पडली आणि डोस्क्याचा धोंडा झाला! तो जड दगड उचलता-उचलता म्हातऱ्याचे पाची जीव एका जागी गोळा झाले! तरीही खमाटून तो जोर देतच राहिला. दगड जागचा हलल्यासारखा वाटला. म्हातऱ्याने अवसान एक करून त्याला हलविला असे वाटले आणि एकाएकी म्हातऱ्या पुढे कोलमडला. त्याचे तोंड धुरोळ्यात बुडले. गोटीवरचे हात लुळे पडले. रोवलेले पाय

निखळले. गोटी पोटाशी घेऊन म्हातऱ्या मरून पडला. जड गोटी उचलता-उचलता त्याचा जीव बुक्दिशी निघून गेला!

काही वेळाने कुणाच्या तरी ध्यानात आले. त्याने आरडा केला. पोरे धावत-पळत आली. शोक करून त्यांनी आपला बाप उचलला. नेला.

मग पुढे काही दिवस लोक येत. ती जागा बघत. धुरोळ्यातल्या खुणा बघत. म्हातऱ्या पडला तेव्हा त्याचे पाय इथे होते, तोंड इथे होते – असे बोलत. त्याच्या दराऱ्याविषयी, बळाविषयी आठवणी काढत. नेहमीच्या सवयीने पोरे गोळा होत. पण गोटीला हात लावायची हिंमत त्यांना होत नसे. झाली तरी मोठी माणसे त्यांना डाफरत. बरेच दिवस कुणाचा हात गोटीला लागला नाही.

काळ गेला. लोक म्हातऱ्याचे मरण विसरले. तरणी पोरे तळव्याला माती चोळून पुन्हा त्या गोटीशी झट्या घेऊ लागली.

■

६

हे पाप कुठं फेडू?

दिवस मावळला. कडुसं पडलं. निळ्या आभाळातून चांदणं गळू लागलं. हिरव्यागार बाटकांचा भार काखेत मारून उमा रामोशी रत्नी गाईच्या मागोमाग गावच्या शिवेत शिरला. इतका वेळ नुसती भरभर चालणारी रत्नी वेशीत शिरताच कासेचा हिंदोळा हलवीत धावू लागली. तिच्या गळ्यातली घाटी खणखणू लागली. लोडणा पायात लडबडू लागला. फरकटणाऱ्या पायानं धुरळा उडू लागला. उमानं एका हातात तिचा कासरा धरला होता, त्याला ओढ लागली. "अगंऽ ऐक, ऐकऽऽ" करीत दहा-पंधरा पावलं तो तिच्या मागोमाग धावला, पण त्या धांदलीत काखेतला भारा खाली घसरू लागला. पायातलं पायताण निसटू लागलं. तेव्हा त्यानं कासरा सोडून दिला. रत्नी घराकडे उधळली.

आपली बैलं घेऊन मागून तात्या पाटील येत होता. उमाची ही तारांबळ बघून खांद्यावरला आसूड सावरीत तो बोलला, "लेका उम्या, बरंच माजवलंयस की गायरू, बाटकी बांधलंयस का काय?"

त्यावर उमाजी हसला. डोईवरलं पांढरं मुंडासं उगीचच चाचपीत म्हणाला, "न्हाई जी पाटील, पन वाईच आरवाळीच हाय पइल्यापासनं, पाखरू उडालं तरी बुजतंया."

त्याच्या बोलण्यात आपल्या जनावराएकी असलेलं कौतुक अगदी स्पष्ट दिसत होतं. रत्नी 'वाइच आरवाळी' आहे आणि ती पाखरू उडालं तरी बुजते, हे सांगताना त्याला आपली गाय अस्सल खिलारी जातीची आहे; केवळ खूप खायला घालून नुसतीच माजवलेली नाही असं सुचवायचं होतं. पाटलानं गायरू बाटकी बांधलंयस काय, हे विचारल्यावर त्याला त्याचा सूक्ष्म आनंदही झाला होता. कारण त्यामुळे आपण घेतलेली गाईची निगा लोकांना जाणवली आहे, डोळ्यांत भरण्याइतकी जाणवली आहे, हे त्याला कळलं होतं.

“बाकी उम्या,” पाटील पुन्हा म्हणाला, “एखाद्या कुणब्यानं मान खाली घालावी, अशी राखली आहेस बरं का रत्नीला.”

हे ऐकताच उमाजीचं काळीज सुपाएवढं झालं. तो म्हणाला, “मी कशाची संबाळतुया जी? माझ्या घरी काय हाय तिला घालायला? व्हंडीची चिपाडं आन् सरमाड!”

“तसं कसं? तू मेहनत घेतली हायेस तिच्यापायी. आता गाभण हाये वाटतं?”

“व्हय. दोन-तीन महिन्यांत वील.”

“मग चैन हाय गड्या! यंदाबी खोंडं झालं तर सादलं तुजं. न्हाय झाला, तर निदान दूध तरी खाशील बक्कळ....”

पाटील वळून गेला, उमाही उत्तेजित मनानं रामोशवाड्यात शिरला. त्याचं शाडूनं सारवलेलं खोपटं लिंबाच्या झाडाखाली भिजल्या जित्राबासारखं अंग चोरून उभं राहिलं होतं. आतून लामणदिव्याचा तांबुस-पिवळा उजेड बाहेर डोकावत होता.

उमानं बाटकाचा भारा अंगणात टाकला आणि वैरणीच्या गंजीत तोंड खुपसून शेपूट झाडणाऱ्या रत्नीकडं पाहत तो ओरडला, “बांधली न्हाईस व्हय गं तिला?” तशी डोक्यावरून पदर ओढून घेत आणि लुगड्याचा घोळ हातात उचलून धरीत गोकुळा बाहेर आली आणि ठसक्यात बोलली, ““उं, ती माज्या बाला न्हाई बांधू द्यायची, ती मला देतीया? मोकळी सोडावी कशापायी? इस्कटली का समदी वैरण?”

“तर, तर, वागीन हाय ती! म्हनं, बांधू देत न्हाई...” असं बोलून उमा पुढं झाला. वैरणीत मुस्कट कोंबून पाला-पाला ओरबाडणाऱ्या रत्नीची म्होरकी त्यानं गपकन धरली. तोंडानं एक ताट ओढून घेऊन ते चघळत तिनं पण मान वर केली आणि उमाच्या मागोमाग ती दावणीपर्यंत आली. दाव्याशी गुंतल्यावर गोकुळाकडं पाहून हंबरली. तिच्या आवाजात आवाज मिसळून उमा बायकोला म्हणाला, “बऽऽऽघ...” आणि त्यावर लटक्या रागानं गोकुळा म्हणाली, “हात व्हैमाले, लई लाडाची पडलीस मालकाच्या!” उमानं रत्नीच्या पाठीवरून हात फिरवला आणि मानेच्या बाजूला थाप मारून रत्नीच्या ठिकाणी उत्तर दिलं, “अगं व्हय, व्हय, हाय लाडकी मी माज्या मालकाची. दर वर्साला एक खोंड देऊन पैशाचं गठुडं देनार हाय मी त्याला!”

पलीकडेच असलेल्या आपल्या खोपटात म्हातारी कृष्णा रामोशीण चुलीला भाकरी लावता-लावता नवरा-बायकोचं भाषण ऐकत होती. कृष्णा मोठी जहांबाज आणि वयस्क बाई होती. सगळ्या रामोशवाड्यात तिचा दरारा होता. मोठ्यानं ओरडून ती म्हणाली, “अरं ए उमाजी, त्या गठुळ्यातलं चार-दोन पैसं इकडंबी येऊ देत, म्हातारीच्या तपकिरीला –”

आपलं हे बोलणं कोणी ऐकत असेल याची जाणीव उमाला नव्हती. कृष्णाचं बोलणं ऐकून तो ओशाळला आणि गोकुळा तोंडाला पदर लावून चोरट्या मांजरीसारखी आत पळाली. उमाही मुकाट्यानं आत आला आणि मुंडासं काढून झटकीत खासगी आवाजात बोलला, "ऐकलं जनू म्हातारीनं आपलं बोलणं!"

गोकुळाचं आणि कृष्णाचं काही भांडण होतं, असं नाही; पण ती फटकळ तोंडाची म्हातारी काही तरी बोले, आपला मोठेपणा प्रस्थापित करी. सर्व जण तिला मानही देत. शिवाय म्हाताऱ्या माणसाएकी घरातील तरण्याच्या मनात एक प्रकारची अढीही असते, तशी कृष्णाएकी गोकुळाच्या मनात होती. कृष्णा यल्लम्मादेवीची मोठी भक्तीण होती, सर्व जण तिला 'देवाची आई' म्हणून ओळखीत, हाकारीत. या देवाच्या आईचा रामोशवाड्यातील तरण्याताठ्या बायकांना मोठा सासुरवासच होता आणि आता नवरा-बायकोचं खासगी संभाषण चाललं होतं, तर त्यात तिनं तोंड घातलं होतं. तिचे ते शब्द गोकुळाला उपरोधिक वाटले होते. ती उठली आणि शिंक्यावरचं भाकरीचं टोपलं झटक्यानं काढून घेत म्हणाली, "ऐकू बापडी. चूळ भरा आन् भाकरी खा."

तिनं टोपलं एवढ्या झटक्यात काढून घेतलं की, ते मोकळं शिकं झोके घेत राहिलं. त्याची सावली खोपटाच्या भिंतीवर सारखी हलत राहिली. चूळ भरून उमा जेवायला बसला. त्यानं अर्धीकोर भाकरी खाल्ली तरी ती हलतच होती.

उमा जेवत होता. गोकुळा चुलीशेजारी बसून राहिली होती. भिंतीवर हलणाऱ्या सावलीकडे टक लावून पाहत होती. काही दिवसांपूर्वी घडलेल्या प्रसंगाची तिला आठवण झाली –

...अशीच रात्र होती. कंट्रोलचे जोंधळे आणण्यासाठी उमा बाजाराला दोन-अडीच मैलांवर असलेल्या गावी गेला होता. दुष्काळाचे दिवस होते. जोंधळ्याचा भाव भलताच कडाडला होता. रुपयाला सहा-सात चिपटी जोंधळे मिळत. कंट्रोलच्या दुकानात त्यापरीस पुष्कळच स्वस्त मिळत, म्हणून उमा गेला होता. वेळ टळून गेली. इतर बाजारकरी परत आले तरी उमा आला नाही, म्हणून गोकुळा वाट बघत बसली होती. बसून-बसून कंटाळली होती. बसल्या ठिकाणीच अंगाचं मुटकुळं करून झोपली होती... आणि मग उमा आला होता. चिक्कार पिऊन आला होता; त्यानं लाथ मारून झोपलेल्या गोकुळाला जागं केलं होतं.

"इतक्या एरवाळी झोपायला तू काय वाऱ्याबामनाची हैस काय?" म्हणून तिला दुमत्या कासऱ्यानं मारलं होतं. त्या गोंधळानं हातातल्या कासऱ्याचा झटका लागून शिंक्यावरलं टोपलं उडालं होतं. साऱ्या भाकरी घरभर झाल्या होत्या. शिंकं आणि त्याची सावली किती तरी वेळ हलत राहिली होती. अशीच आताही हलत होती....

रामोशी म्हटल्यावर चोरी, लबाडी आलीच. पण विठलापूरचे रामोशी तसे नव्हते. त्यांच्या कित्येक पिढ्यांत कुणी गुन्हा केला नव्हता. लोकांच्या जमिनी खंडानं घ्याव्यात, राबराबून पिकं काढावीत, सडकेवर कामं करावीत, विहिरी खोदण्यासाठी घ्याव्यात – अशी कामं करून, कष्ट करून पोट भरावं, अशा वृत्तीचे विठलापूरचे रामोशी होते. उमाही तसाच; पण एरवी देवमाणूस असलेल्या उमाला ही सवय अगदी अलीकडे लागली होती. शेजारच्या गावी तो जाई. रोजगार करून मिळविलेले पैसे खर्चून चिक्कार गावठी दारू पिऊन वाईटसाईट बोले; गोकुळाला मारहाण करी. आधीच गरिबीचा संसार, त्यात त्याला ही सवय लागली होती. मुळात त्याचा स्वभाव थोडासा तापट होता. त्यामुळे त्याला कोणी याबाबतीत बोलण्याची सोयही नव्हती. कुणी बोललं, तर बिथरल्या खोंडागत नमून तो म्हणू लागे, "मग मी काय कुनाच्या बाच्या पदरची पेतोय काय? माजा मी मिळवतोय, माजा मी खर्चीन. मला कुनी सांगाया नगं."

गोकुळा एखादे वेळी आतडं पिळवटून बोले. डोळ्यांतनं पसा-पसा पाणी गाळून म्हणे, "धनी, ह्यो नाद आपल्या गरिबाला नगं. त्यानं कुनाचं चांगलं झालंय?" तेव्हा उमा विरघळे आणि म्हणे, "कारभारनी, अगं ए माज्या लक्षिमी, तू रडू नगंस. मी काय रोज घेतोय का? माजा मला इचार हाय. तू घोर करू नगंस. ही गोष्ट मनाला लावून घेऊ नगंस."

हलत्या सावलीकडं बघता-बघता या साऱ्या गोष्टी गोकुळाच्या मनात घोळत होत्या. उमाला त्याची कल्पना नव्हती. बराच वेळ कोणी न बोलता गेला. गोकुळा एके ठिकाणी दृष्टी लावून गप्प बसली होती. उमानं पाण्याचा लोटा तोंडाला लावताना तिच्या त्या समाधीकडे पाहिलं आणि तो म्हणाला, "काय गं गोकुळा, कंच्या गोष्टीचा इचार करतीयास?" गोकुळा भानावर आली आणि हसल्यासारखं करून बोलली, "न्हाई बा, उगंच बसलीया."

"उगंच बरं? चितागती झालीयास तू. काय घोर लागलाय तुला, सांग की–" पाण्याचा लोटा तोंडाला लावून तो रिकामा करून ढेकर देत उमा म्हणाला, "हे बघ गोकुळा, घोर करू नगंस. माजी रत्नी आता गाभण हाय. आणखी थोड्या दिवसांत ती खोंड दील. वर्सा-दीड वर्सात पाचसाशे रुपायाचं गठुळं तुज्या वट्यात टाकतो. साकळ्या कर, जोडवी कर, वाक्या कर – डागिन्यानं चैत्रातल्या गौरीवानी नट! अगं, ही गायत्री जोपतुर आपल्या दारात हाय, तोपतुर आपल्याला काय कमी न्हाई!"

"अक्षी तिच्या पोटात शिरल्यावानी बोलताया? ह्या साली कालवड झाली तर?"

"हुईल कशी? ह्या उमा नायकाचं बोल खोटं हुयाचं न्हाईत. बघ तू, खोंडच

होतोय का न्हाई!"

उमा जोरानं असं म्हणाला आणि वर भिंतीवर असलेली एक काळीकुट्ट पाल शेपूट वळवळत चुकचुकली.

गोकुळानं मान वर करून बघितलं आणि पुटपुटली, "सत्ऽ सत्ऽ सोन्याची वाचा."

पण ते चुकचुकणं ऐकून उमानं एकदम डोळे मोठे केले आणि तो म्हणाला, "बघ, खरं हाय – पाल बोलली."

गोकुळा काहीच बोलली नाही. उमा नायकाचे बोल खोटे होणार नाहीत, असं तो म्हणत असताना तिच्या मनात अभद्र विचार चालले होते. रत्नीला खोंड जरी झाला तरी मागील खेपेप्रमाणेच खोंड विकून आलेले पैसे कलालाच्या घरात गेले तसे हेही जातील आणि मग कळणाकोंडा खाऊनच पुढंही दिवस काढावे लागतील, असं ती मनात म्हणत होती आणि तेवढ्यातच पाल चुकचुकली होती. तिचं काळीज हललं होतं. उमा उठला आणि मुंडासं गुंडाळतच बाहेर आला.

टिपुर चांदणं पडलं होतं. लिंबाच्या पानापानांतून झिरपून अंगणात सांडलं होतं आणि ते थंडगार चांदणं अंगावर घेत उमाची सुलक्षणी गाय निवांत बसली होती. ती झोप घेत असावी.

"अगं, वाइच भायेर ये." म्हणून उमानं गोकुळाला बाहेर बोलावून घेतलं.

तीही उठून आली आणि म्हणाली, "काय वं?"

"ऐक."

"काय?"

"रत्ना घोरतीया. बैल घोरं, धनी मरं आन् गाय घोरं, घर भरं."

"व्हय, भरलं!" म्हणून गोकुळा आत गेली.

खरं तर तिला म्हणायचं होतं, 'घर भरंल मस्त, पण या दारूच्या नादाच्या पायी सगळं मोकळं होईल. वासंदेखील राहायचे नाहीत घराला.' पण ती तसे बोलली नाही.

उमाने डोळे भरून तिच्याकडे पाहिलं आणि तो चावडीकडे गेला. गावकरी गप्पा मारीत होते. गोपाळ मास्तर 'केसरी'तली बातमी सांगत होते. आता घटकाभरात बाबुलाल परदेशी भेदिक गाणंही गाणार होता. ही करमणूक सोडून गोकुळाशी तंडायला त्याचं मन राजी नव्हतं.

उमाचा आपल्या गाईवर फार जीव होता. तीन-चार वर्षांपूर्वी दुष्काळाच्या ऐन भरात केवळ सात-आठ रुपयांना त्या रत्नीला त्यानं विकत घेतलं होतं. घेतली तेव्हा रत्नी म्हणजे केवळ हाडांचा सापळा होता. अंगावर बोट-बोट केस वाढले होते. पोट

डबकं झालं होतं. तिचा मालक उमाला म्हणाला होता, "भल्या माणसा, ह्या वंगाळ दिवसांत वासरू माझ्या दावणीला उपाशी मरायला लागलं म्हणून इक्रीला आनलं. तुज्या स्वाधीन करतोय, नीट संबाळ. ती तुजा पांग फेडील."

उमा वचनाला जागला होता. स्वत: उपाशी राहून त्याने रत्नीला वैरण घातली होती. रानात दिवसभर वरावरा हिंडून, काडी-काडी गवत गोळा करून तिला पोसलं होतं. रत्नीनेही धन्याचे पांग फेडले होते. पहिल्या खेपेला तिला खोंड झाला होता. तो विकून उमाला पैसे मिळाले होते. त्याची परिस्थिती थोडीफार सुधारली होती. गोकुळाच्या अंगावर धड लुगडी आली होती. परिस्थिती यापेक्षा अधिक सुधारली असती, पण त्यातले निम्मे-अधिक पैसे उमानं दारूपायी कलालाच्या घरात घातले होते. तरी पण ती गरीब गाय त्या रामोशाला अन्नवस्त्र देऊन राहिली होती. गावात अनेकांनी गाई पाळल्या होत्या; पण त्यांतल्या एकीलाही रत्नीची सर नव्हती. कैक कुणब्यांनी उमाची गाय बघून माना खाली घातल्या होत्या.

आणि आता रत्नी दुसऱ्या खेपेला व्यायला आली होती. लवकरच उमाच्या अंगणात आणखी एक पांढरंफेक वासरू फेंगड्या पायानं कान हलवीत उड्या मारणार होतं; रत्नीच्या कासेला ढुशा मारून चुरूचुरू लुचणार होतं. त्याला आवरता-आवरता रत्ना-उमाची तारांबळ उडणार होती. धारेत काकणांचा नाद मिसळणार होता. गोकुळाची मोठी कासंडी भरणार होती. तिच्या हसण्यासारखा शुभ्र फेस तिच्यावर उसळणार होता. त्यातलं लोटीभर धारोष्ण दूध ती उमाला देणार होती. तो ते पिताना त्याच्याकडे कौतुकानं पाहत ती उभी राहणार होती. एका दमात लोटा रिकामा करून ओठांच्या कडांना लागलेला पांढरा फेस जिभेनं पुसून घेत उमा तिच्याकडे पाहून प्रसन्नतेने हसणार होता. त्या चवदार दुधानं तृप्त होणार होता. त्याची ताकद वाढणार होती. त्याच्या हातून अधिक काबाडकष्ट होणार होते. त्याच्या गरिबीच्या संसारात त्यामुळे अधिक समृद्धी होणार होती. अधिक सुख येणार होतं, अधिक समाधान लाभणार होतं. होय, रत्नी विणार होती आणि हे सारं जमणार होतं. ते दिवस आता अगदी जवळ आले होते. त्या जाणिवेने उमा हरकला होता. गोकुळा हरकली होती. पण मधून-मधून तिला उमाच्या व्यसनाची आठवण टोचे. पैसे मिळाल्यावर उमाची ही सवय कुठवर जाईल आणि त्याचे परिणाम काय होतील, हे कुणी सांगावं? ती मनात कुढत होती, झुरत होती.

दिवसामागून दिवस जात होते. रत्नीचे व्यायचे दिवस जवळ जवळ येत चालले होते. उमाजी खुशीत होता. गोकुळाच्या शब्दाखातर आता त्यानं दर शनिवारी प्यायचंही सोडलं होतं. मधून-मधून तो पीत होता, पण ते गोकुळाच्या नकळत. अलीकडे कधी तो झिंगून घरी आला नव्हता. त्यामुळे गोकुळाही समाधानात होती.

दोघे जण रत्नीची उस्तवारी मोठ्या तत्परतेने करीत होती.

...पण एके दिवशी अगदी विपरीत घटना घडली!

सकाळच्या प्रहरी न्याहारी करून उमानं भाकरी बांधून घेतली आणि रत्नीला चारण्यासाठी तो रानात गेला. हिरव्यागार शाळूनं काळी जमीन हिरवीगार झाली होती. ताटाताटांवरून कोवळी कणसं दिसायला लागली होती. त्यांच्यावर अद्याप दाणा भरला नव्हता. प्रथम जांभळट हिरवा फुलोरा फुलला होता. जोराची झुळुक येताच ताट लवे आणि फुलोरा कणसापासून सुटून झुळकीबरोबर तरंगत जाई. कोवळ्या लुसलुशीत हरळीने बांध भरले होते. पडीक रानातून शिंपी, कुरडू हे गवत माजून राहिलं होतं. त्याच्यावरून पिवळी-पांढरी पाखरं भिरभिरत होती. दवानं भिजल्यामुळे शाळूचा, गवताचा एक प्रकारचा उग्र वास चहूकडे पसरला होता. रानातले वातावरण मोठे प्रसन्न होते. पडीक रानातून रत्नी हिंडू लागली. खांद्यावर आडवी काठी टाकून उमा तिच्या मागोमाग उभा होता. गवत खाता-खाता मध्येच रत्नी पलीकडच्या शाळूच्या पिकात घुसे आणि चार ताटं घाईघाईनं ओरबाडे, तेव्हा विचाराच्या तंद्रीतून उमा भानावर येई आणि एखादी इरसाल शिवी हासडून तिला वळवून पुन्हा पडीकात आणी.

दिवस डोक्यावर आला, कलला. एक-दीडचा सुमार झाला. रत्नीला वळवून उमा शेजारच्या विहिरीवर गेला. वाफ्यात गुरांसाठी अडवून ठेवलेलं पाणी रत्नी संथपणे प्यायली आणि पुन्हा शेजारी हिंडू लागली. उमा धावेवरल्या चिंचेखाली बसला. गोकुळानं दिलेली चटणी-भाकरी खाऊ लागला. तळहाताएवढ्या जाड अशा दोन-अडीच भाकरी, तांबड्या चटणीच्या भुकणीबरोबर त्यानं केव्हाच संपविल्या आणि विहिरीत उतरून ओंजळीनं पाणी पिऊन तो वर आला. तेव्हा पलीकडेच असलेल्या लिंबाखाली रत्नी रवंथ करीत बसून राहिली होती. लिंबाच्या डहाळीवर बसलेला एक कावळा मान वाकडी करून तिच्याकडे पाहात होता. तो पटकन खाली उतरला आणि उड्या मारीत रत्नीच्या पाठीवर बसला. तिनं कातडी थरथरवली. शेपूट उडवलं आणि शिंगे झिंजाडली. तरीही तोल सावरून मुर्दाडपणाने तो तिथंच बसून राहिला. उशाला मुंडासं घेऊन चिंचेच्या सावलीला उमा कलंडला.

तास-दीड तास डुलकी घेऊन तो उठला. रत्नीमागोमाग पुन्हा हिंडू लागला. दिवस चांगलाच कलला. पाखरं कलकलू लागली. शेजारून जाणाऱ्या वाटेनं करगणीचे दोन रामोशी आले. करगणीचे रामोशी विठलापूरच्या रामोशागत मवाळ नव्हते. चोरी, घरफोडी हेच त्यांचे मुख्य धंदे. शिवाय चोरून दारू गाळणं होतंच. कामानिमित्त उमाचे करगणीला नेहमी हेलपाटे होत. विठलापूरपासून करणगी जवळच होती. त्यामुळे तिथले सगळे रामोशी उमाच्या ओळखीचे होते. ते जवळ येताच उमा म्हणाला, "रामराम नाईक! कुणीकडं तयारी?"

ते दोघे वाट सोडून उमाकडे आले.

"काई न्हाई, सहज चाललो होतो सांगोल्याला." त्यातल्या एकानं उत्तर दिलं. काळ्या रानात तेही बसले. पानतंबाखू झाली. गप्पा झाल्या. त्यांपैकी एकानं पाठी आणलेलं धोतराचं गाठोडं सोडलं आणि त्यातून गावठी दारूचे शिसे बाहेर काढले. उमाकडे पाहून तो म्हणाला, "घ्या विठलापूरकर, उलीसा घोट..."

तिघंही चिक्कार प्यायले.

आणि संध्याकाळी तारवटलेल्या डोळ्यानं रत्नीला पुढे घालून उमा गावाकडे निघाला. दारूचा अंमल त्याच्यावर हळूहळू बसत होता. वाटेत बांधानं येता-येता रत्नीनं दोन-चार वेळा पिकात तोंड घातलं. उमाने तिच्या पाठीत कासऱ्याचे रट्टे लगावले. चार-सहा वेळा हा प्रकार घडला. रत्नी चिडली. जोराचा हिसडा मारून रत्नी त्याच्या हातातून निसटली आणि साऱ्या पिकातून धावू लागली. तिच्या पायाखाली ताटं कडाकडा मोडू लागली. उमा शिव्या देत तिच्या मागनं धावू लागला.

तास, अर्धा तास ही शर्यत चालली होती. साऱ्या गावाला वेढा घेऊन रत्नी पुन्हा पहिल्या वाटेला आली. उमाच्या तोंडाला धावून-धावून फेस आला होता. तो रागानं बेफाम झाला आणि हाताला येईल तसला दगड गाईवर फेकू लागला.

अखेर रत्नी आपोआप गावात शिरली. दावणीला येऊन उभी राहिली. उमा आला. दात-ओठ खात त्यानं तिला दाव्याशी गुंतवली आणि शेजारी पडलेला लोटणा उचलून त्यानं रत्नीला बडवायला सुरुवात केली. त्याच्या ओरडण्यावरून तो पिऊन आलाय, हे गोकुळानं ओळखलं आणि भीतीनं ती बाहेरच आली नाही.

"तुला खाल्ली वाघानं... तुला दिली ढोराला..." असं तोंडानं ओरडत उमा लोडण्यावर लोडणे त्या मुक्या जनावराच्या पाठीत घालीत होता. रत्नी धडपडत होती. दाव्याशी हिसके मारत होती. लाथा झाडत होती. लाथेचा एक तडाखा उमाच्या गुडघ्यावर लागला, तसा तो अधिकच कातावला आणि ओठ चावून त्याने लोडणा हाणला. रत्नीच्या दोन्ही शिंगांमध्ये तो लागला. "बाँऽऽऽ" करून ती ओरडली. अतिकरुण ओरडली. स्वत:भोवती फिरली आणि गपकन खालीच बसली.

उमानं लोडणा खाली फेकून दिला आणि 'मर, काय तोटा येनार न्हाई...' असं म्हणत घरात जाऊन घोंगडं पांघरूण पडला. जेवला नाही की बोलला नाही.

सकाळी कोंबडं ओरडलं. लिंबावर चिमण्या चिवचिवू लागल्या. नित्याप्रमाणे उमा जागा झाला. रत्नीला वैरण टाकण्यासाठी बाहेर आला. पण नेहमीप्रमाणे त्याच्या चाहुलीनं रत्ना उठली नाही. मानेला बाक देऊन आणि शेपटीला पिरगडा देऊन तिनं आळस दिला नाही. उमाकडे पाहून ती हंबरली नाही. दावणीतल्या चिपाडावर ती आडवी पडून राहिली होती. हलत नव्हती. खिळत नव्हती. अगदी गपगार.

उमा धांदलीनं जवळ गेला, तेव्हा एक मरतुकडं कुत्रं बाजूला पळालं. रत्नीचा एक कान त्यानं खाऊन टाकला होता. रत्नी मेली होती. अगदी ताठ झाली होती.

उमा मटकन खाली बसला.

"रत्ना, ए माज्या रत्ना..." म्हणून तिचं तोंड कुरवाळू लागला.

गोकुळा बाहेर आली. गहिवरून रडू लागली. माणसं गोळा झाली.

"अरं, अरं, एकाएकी काय झालं गाईला? कसली चांगली होती गाय!" असं आपापल्या परीनं चुकचुकत हळहळू लागली. कुणी म्हणालं, पोटात काही तरी गेलं असेल. कुणी म्हणालं, किरडू चावलं असेल. सगळी हळहळू लागली. गरिबाची गाय, तोंडचा घास घालून वाढविलेली, काळानं नेली म्हणून हळहळू लागली. उमाला समजावू लागली.

एवढ्यात गर्दीतून कृष्णा रामोशीण तरातरा पुढे आली. कपाळ धरून बसलेल्या उमापुढे हात करून म्हणाली, "अन् रडतूस का? कशापायी डोळं पुसतूस? जा – ढोराला दे गाय अन् कातड्याचं काय चार-दोन रुपयं येतील त्याची ढोस दारू आन् पड. उट... उट..." आणि इतर माणसांकडे पाहून ती म्हणाली, "आता रडतोय! रात्री कुटनं पिऊन आला अन् गाभण्या गाईला काठ्यावर काठ्या हाणल्या. गाय वराडली तवाच माझं काळीज हललं. ह्या चांडाळानं दारू पिऊन आपल्या हातानं गाय की हो मारली!"

कृष्णाची ही नवीन माहिती ऐकून लोक विचारू लागले, "व्हय रं उमाजी, ह्ये खरं काय?" उमा काही बोलला नाही.

महारांनी गाय उचलून नेली. काही वेळानं आकाशात गिधाडं तरंगू लागली. त्यांच्याकडे पाहून उमा मोठ्यानं ओरडला, "खंडुबाराया, म्या चांडाळानं माज्या हातानं गायत्री मारली. गाभण्या मातु:श्रीचा जीव घेतला. हे पाप कुटं फेडू? अन् आता कशावर जगू?"

त्या आवेगासरशी तो खाली बसला. बचकभर माती घेऊन त्यानं ती तोंडात कोंबली. रक्तबंबाळ होईस्तंवर डोकं दगडावर आपटलं. फुटक्या कपाळानं आणि मातीनं भरलेल्या तोंडानं तो पुन्हा ओरडला – डोळे आणि घसा भरून ओरडला... "देवा, हे पाप कुटं फेडू?"

■

७

असलं लई बघितल्यात!

चांदनी कवाच उगवली होती. महंमद मोमीनच्या कोंबड्यानं मान फुगवून खुराड्यातनं साद टाकली आणि काळा खोंड जुपलेला तट्टाचा एक्क्या खडाडत वेशीच्या आत आला. त्याच्या मागोमाग सामान-सुमानांनी वाकलेली गाढवं रेंगाळत-कुचमत आणि कुलंगी कुत्री काही छकड्यांखालून, तर काही गाढवांबरोबर दुडक्या चालीनं गावात शिरली. त्यामागे काही गडीही असावेत. तोंडाला तोंड दिसत नव्हतं, तेव्हा हे सारं लटांबर गावात शिरताच उकीर काढून उबेला पडलेली कुत्री सावटानं जागी झाली आणि त्यांनी आरडा-गोंधळ करून सारं गाव उठवलं. दळण घातलेल्या बायकांच्या नुकत्याच रंगू लागलेल्या ओव्या त्या गोंधळात कुठच्या कुठं गेल्या.

तो एक्क्या आणि ती गाढवं रामुसवाड्याजवळच्या घराखाली थांबली. वाकळ पांघरून गाढवावर बसलेल्या पोरांनी खाली उड्या टाकल्या. एक्क्यातली बायामाणसं, गाडीवान सगळी खाली उतरली. गाढवांबरोबर चालत आलेल्या दोघा-चौघा बापयांनी गाढवांवर लादलेला बाडबिस्तरा खाली उतरायला सुरुवात केली. लहान आटोपशीर बाजली, वाकळा, ऐरणी, हत्याराच्या पेट्या, चित्तर पक्ष्यांचे पिंजरे – चट सारं उतरून घेतलं. गाढवांच्या पाठीवर निरगुडीच्या फोका ओढल्या आणि गावाबाहेर हाकलून दिली. हिसत, ओरडत ती नाठाळ जनावरं, कळाव घातलेले पाय खुरडत चगळचोथा फुंकू लागली. जाणती माणसं बिऱ्हाड नीट लावू लागली. पोरांनी रामुश्याच्या परड्यातल्या काट्या गुपचूप उपसून आणल्या, जाळ केला. त्याच्याभोवती बसून पहाटेच्या गार वाऱ्यानं ती काकडलेली बोटं शेकू लागली. कुलंगी कुत्री गावातल्या कुत्र्यांच्या चढाईला तोंड देऊ लागली. एक्क्याच्या जुवाला बांधलेला काळा खोंड कान झडपीत पुढ्यातली घाटं चघळू लागला.

बघता-बघता पहाटेचा गारवा गावाच्या डोक्यावरनं

निघून गेला. कोवळी उन्हं करगणीत आली, तेव्हा रामुश्याच्या लिंबाखाली भल्या पहाटे उतरलेलं बिऱ्हाड ठाकठीक लागलं होतं. रंग लावलेल्या भिंतीच्या आडोशाला चालावेत तसे त्यांचे व्यवहार उघड्या जागी निर्वेधपणे चालू होते. संकोच नाही की आधुनिक सभ्यपणा नाही – सारं उघड्यावर! जनन, संगोपन, मरण – सारं प्रवासात, भटकण्यात! कुटुंबच्या कुटुंब किंवा चार-दोन कुटुंबं मिळून हिंडायचं खेड्यापाड्यांत. एखादं झाड बघून बिऱ्हाड उतरायचं. पावसापाण्याचे दिवस असले तर गावची धर्मशाळा-देऊळ आहेच! जात्यापासून सगळं संसारी साहित्य बरोबर. खेड्यात एखादा सोनार असायचा! सगळी कामं त्याच्याकडेच. तोड्याचा निसटलेला फासा नीट करायला चैत्रात टाकला म्हणजे भादव्यात मिळायचा. डोरलं करण्यासाठी तीन तोळे सोनं दिलं म्हणजे त्यातले चार-सहा मासे सोनारबाबा पचवायचे, तांबे मिसळून डोरलं मिळायचं. त्यामुळे खेडुतांना गिऱ्हाइकादेखत कडी-तोडी ठोकून देणारे, गाढवावरून प्रवास करणारे हे गाढवी सोनार परवडत. शिवाय घरच्या मालकाला चोरून पायली-दोन पायली गहू, पासरीभर मिरच्या विकून मागं टाकलेल्या पैशाचे दागिने करणाऱ्या खेडुत स्त्रियांची कामे येत. गावच्या सोनाराकडे गेलं तर चोरी उघड होईल, नवऱ्याला कळेल, या भीतीनं त्या त्याच्याकडे जात नसत. गाढवी सोनार येऊन दारावरनं हिंडू लागले म्हणजे कारभारी रानात गेल्याचं बघून गुपचूप सौदा ठरून जाई. अशा रीतीने एकेका खेड्यात झाडाखाली आठ-दहा रात्री काढायच्या. तोपर्यंत काम संपायचं. मिळेल ते धान्य, पैसे गाढवावर चढवायचे, रुपये कडसरीला लावायचे नि चंबूगबाळं आवरून भल्या पहाटे उठून रस्ता धरायचा – हे त्यांचं जीवन! अशा भटकेगिरीत सभ्यपणा, संकोच याला कुठली जागा?

डोळ्यांत काजळ घातलेल्या पोक्त बाईनं तीन दगड मांडले, तिच्या तरुण मुलीनं पाणी आणलं, चगळचोथ्यावर पाण्याचा हंडा तापला. महिना-दीड महिन्याचं पोटचं पोर पायांवर घेतलं. पोरीनं पाणी घातलं. न्हाऊ-माखू घातलेलं पोर लिंबाला बांधलेल्या झोळीत गाढ झोपलं. आईनंही तिथंच चार तांबे अंगावर घेतले. स्नान झालं अन् चुलीवर तवा चढला.

तोपर्यंत पुरुषांनी ऐरणी रोवल्या, भाते लावले. पोरंटोरं पिंजऱ्यातल्या चित्तरांना खेळवत भाकरीची वाट बघत बसून राहिली. चार बोटं रुंदीचा कोयता कासोट्यापाशी खोचून, दोरी घेऊन गाढवी सोनाराची पोरगी काटक्याकुटक्यांचं सरपण आणण्यासाठी रानात निघून गेली.

पाटलाचा भगवंता झुलत-झुलत रामुसवाड्यापाशी आला. लिंबाखाली उतरलेल्या बिऱ्हाडातले बापई उन्हाला बसून चिलीम ओढत होते.

"कोन रं तुम्ही?" माहिती असूनसुद्धा उगाचच भगानं त्यांना हटकलं.

"जी, गाढवी सोनार आमी!" आदबीनं उठून रामराम करीत त्यातल्या एकानं

उत्तर दिलं.

"कुठनं आलात?"

"हातथं सांगुल्यासनं!"

"किती जनं हायसा?"

"गडी, बायामानसं, पोरंटोरं धरून दहाएक जनांचा हाय समदा खटला!"

"ही चित्तर कशाला पाळल्याती रं?" पिंजऱ्यातल्या पक्ष्यांकडे पाहत भगानं विचारलं.

"ह्यो पिंजरा रानात ठेवला म्हणजे दुसरं चित्तर घावत्याती जाळ्यात. पिंजऱ्यातल्या चित्तराच्या वरडन्यानं येत्याती."

खिशातनं पान काढून भगा तिथंच कट्ट्यावर बसला. एक-दोन रामुश्याची पोरंही आली. इकडच्या-तिकडच्या चार किरकोळ गप्पा निघाल्या.

"धनी, औदा खरसुंडीच्या जत्रेला याचं का न्हाई?" गोंद्या रामुश्यानं विचारलं.

"लेका, इच्यारतुयास काय?" दुसऱ्या पोरानं परस्परच त्याला दाटला.

"कळाय लागलं तसं कंदी एक जत्रा चुकलीया का त्येंची? आन् हेंच्या बगार कनातीला सोबा कुटली? रानी ढालेवाडकरनीनं पुतळ्याची माळ कुटनं घातली गळ्यात! पाटलांचा किसा रिता हुतूय दर जत्रंत तवा झुलतीया छातीवर मोत्याच्या लडी लोळवत! आमचा दादा सांगतोय की, पाच-सा वर्षांचं हुतं तवा मुरळी नाचवायचा लई हाट करायचं पाटील!"

रामुश्याच्या पोराचं हे सांगणं काही खोटं नव्हतं. राणू पाटलाचा भगा होताच तसा. इष्कबाजी करण्यासाठीच त्याचा जन्म झाला होता. घरात पैक्याच्या ठेली, अंगात जवानीची रग आणि तरण्याताठ्या बायांनी घटका-घटका न्याहाळावं असं रूप. मग इष्काचा रंग उडवायला काय हरकत! आणि ही कामं पाटलाच्याच पोराची; शाळामास्तराच्या नव्हंत. एक-दोन रामुश्याची पोरं संगतीला घेऊन नव्या नव्या शिकारी रोज करायच्या, हा भगाचा धंदा. पुरातन राजपुत्रांच्या गोष्टींत प्रधानपुत्राला असतं, तेवढं काम ती रामुश्याची पोरं इमाने इतबारे करीत आणि भगाच्या जन्मकाळची वेळ म्हणा किंवा लक्ष्मीचा खेळ म्हणा, त्यानं टाकला खडा कधी चुकायचा नाही. कितीही नखरेल सावज असू द्या; भगानं आणि त्याच्या संगतीच्या रामुश्याच्या पोरानं रान उठवायला सुरुवात केली की, ते हटकून वाघरंत पडायचंच! नुसत्या करगणीतच काय, पण इतरत्र कुठल्या बाजारला, जत्रेला गेलं तरी भगाचे सौदे घटका-दोन घटकेत पटत! त्यामुळे राणू पाटलाच्या पोराचं 'गुन' आसपासच्या पाच-पंचवीस खेड्यांत माहीत होतं. गावातली माणसं आतून जळायची, पण करणार काय? गोकुळातल्या कृष्णासारखा भगाचा पुंडावा त्यांना हमेशा सोसावा लागे.

रामुश्याच्या पोराचं हे बोलणं चाललं होतं, एवढ्यात भगाची सराईत नजर

कासऱ्या-दीड कासऱ्यावर घुटमळली. गाढवी सोनाराची तरणीबांड पोरगी काटक्याचा भारा डोक्यावर घेऊन येत होती. तिच्या कमरेच्या लचकण्याबरोबर भगाची मानही डाव्या-उजव्या बाजूला कलू लागली आणि जवळ येऊन आपल्या आईपुढे काटक्यांचा भारा टाकताना भगाकडं तिनं अशा मस्तीनं, अशा कुऱ्र्यानं बघितलं की, इतक्या दिवस फडात रंगलेला गडीसुद्धा बावरला. पण क्षणभरच! लगेच भगानं स्वत:ला सावरलं आणि तिच्याकडे हसत-हसत बघत त्यानं विचारलं, "किती दिस हाय रं तुमी हथं?"

"सरकार, आपन काम द्याल तितकं दिस ऱ्हायचं." लाचारपणानं एका सोनारानं उत्तर दिलं, "काम मिळेनासं झालं की टाकायचं गाढवाच्या पाठीवर बिऱ्हाड, का म्होरलं गाव!"

"बराय, आम्ही दिऊ तुला काम!"

त्या पोरीच्या रुपड्याला न्याहाळत भगा बराच वेळ तिथं बसून राहिला आणि मग पहिल्या वेळीच उगीच पाखरू बुजवायला नको, म्हणून उठून डुलत, शीळ घालत-घालत वाड्याकडे परतला.

नाम्याकडे बघून डोळे मिचकावून गोंद्या म्हणाला, "पाटील लागलं शिकारीच्या तयारीला."

"लागू बापडीचं. का तुला मला 'हिस्सा' मिळायचाय त्यातला?" नाम्यानं त्याच्याहीवर कडी केली.

रामुसवाड्याच्या मागल्या बाजूलाच पाटलाचं गावंदरी काळंशार वावर होतं. त्याचं काट्याचं कुंपण ठिकठिकाणी उसकटून गावची वडाळ गुरंढोरं जोंधळ्याची उभी ताटं ओढून निवांतपणे लुंगे लुंगे खायाची! पाटलाच्या गड्यांना तिकडे डोळा द्यायला फुरसतही व्हायची नाही. तेवढं नुकसान त्याच्या खिसगणतीला नसायचं. गावच्या जनावराचं हे; मग सोनाराची बारा गावचं उकिरडं फुंकलेली गाढवं ही सोन्याची संधी शहाणपणानं न घेतील, तरच नवल! सोनाराची गाढवं पिकात शिरावीत, गावकऱ्यांनी ढेकळं घालून ती कोंडवाड्याला आणावीत, बायका-पोरंसुद्धा येऊन सोनारांनी पाय धरावेत, नुकसानीदाखल मनमुराद शिव्या हासडून शेवटी शेतकऱ्यानं सांगावं, 'जा घेऊन' – असा हा खाक्या नेहमीचाच! मागून किंवा विकत घेऊन वैरण जनावरांना घातली आणि पोरांनी गाढवं पिकात न शिरण्याची खबरदारी घेतली, तर ते गाढवी सोनार कसले?

आणि याच अनुभवानं ऐन उन्हाच्या भरात भगा आडवळणानं गावदरीत आला आणि कपाळावर आडवा हात ठेवून त्यानं बघितलं. गावापासून लांबच लांब उभ्या गेलेल्या जोंधळ्याच्या पट्टीत वरल्या बाजूला गाढवं मनमुराद हिंडत होती आणि तिथंच जरा बाजूला असलेल्या आपट्याच्या झाडाखाली पोरं आणि ती पोरगी

सावलीत निर्त्रास खेळत होती. पिकातनं लपत-छपत जाऊन भगा त्यांच्यापुढे एकदम उभा राहिल्याबरोबर घारीच्या सावटानं कोंबडी बावरावीत तशी ती बावरली.

"का, तुमच्या बापाघरची पेंड हाय व्हय रं इथं?" भगानं त्या पोरीकडं बघून दम भरायला सुरुवात केली. "गाढवं पिकात सोडून मालकावाणी निवांत बसलाय सावलीत! बाबू दरवश्याच्या वाघापुढे लावा जा की दावण, चंदी हुईल आठ-धा रोजाची!"

काहीएक न बोलता पोरं पटापटा उठून गेली आणि तोंडानं 'इ्याऽ इ्याऽ' करीत हाताला येतील ती दगडं त्यांनी बकाबक त्या मुक्या जनावरांच्या पाठीवर बसविली. भुवया आकसून आणि पिकल्या मिरच्यांच्या जुडीगत असलेल्या ओठांतून नापसंतीदर्शक 'हूं' असा उद्‌गार काढून ती पोरगीही जाऊ लागली. त्याबरोबर भगा सपाट्यानंच पुढं झाला आणि तिचा हात धरून छद्मीपणानं त्यानं विचारलं, "का गं साळू, झटक्यानं चाललीस? उभी राहून चार अक्षरं बोलशील की नाही?"

—पण ती पोरगी लाजली नाही की खुद्‌कन हसली नाही.

"अरं जा, असलं लई बघितल्याती!" असं फणकाऱ्यानं म्हणून तिनं भगाचा हात झटक्यानं बाजूला केला आणि उधळलेल्या गाढवामागं ती 'होऽ होऽ!' करीत धावली. जाता-जाता तिच्या चार अस्सल शिव्याही आल्या, त्या गिळून भगा ओरडला, "व्हय का?"

ती पोरगी आणि गाढवं दुसऱ्या रानात गेली, तेव्हा भगाच्या मनात विचार आला – दोन रामुशी पाठवून चट सारी आणावी पिटाळून आणि घालावी कोंडवाड्यात! पण पुन्हा त्याला वाटलं – छे, अशानं जास्त बिथरंल; दमादमानंच घेतलं पाहिजे. पण पोरगी काय माल आहे! वा! राणी ढालवाडकरणीनं हिच्या पुढं काय मुरडावं? आणि मग त्यानं रंगात येऊन स्वत:च्या भुवया आकुंचित केल्या आणि मान वाकडी करून उद्‌गार काढले – 'हूं' आणि त्यानंतर कल्पनेतच भगा पाटलाच्या हाताला झटक्यानं बाजूला सारून फणकाऱ्यानं तो म्हणाला, 'अरं जा, असलं लई बघितल्याती!' आणि ही नक्कल करून झाल्यावर तो मनाशी हसला आणि जोंधळ्याचं एक धाट उपसून त्याचा पाला काढीत-काढीत घराकडे परतला!

भगानं वाड्याच्या उंबऱ्यात पाऊल टाकलं, तेव्हा राणू पाटील कुठे बाहेर निघाले होते. त्यांच्याबरोबर मंगेवाडीचा येसू चौगुलाही होता. भगाला पाहताच शिकारी कोटाचं बटण लावून राणू पाटील म्हणाले, "भगवंता, उद्या कुठं गावाबिवाला जाऊ नगंस रं. शिंदेवाडीची मंडळी येणार हैती पोळीचं बघायला, सांगावा आलाय!" आणि ते बाहेर पडले.

शिंदेवाडीची मंडळी? आत जाऊन म्हातारीवर भगा गुरगुरला, "शिंदेवाडीची कशाला येत्याती माणसं? एकबी देखणी पोरगी औशीदाला हाय का समद्या

गावात? वडराच्या पोरीवानी हैत्या समद्या पोरी, कानी अन् कनसावानी काळ्याभोर.''

''तर रं!'' म्हातारी फणकारली, ''शिंदेवाडीतली नव्हं, पोरगी हाय धुळ्याकडली पाटलाची! बघताच हुशील खुळा आक्शी!''

—पण भगाचं समाधान झालं नाही. त्याच्या मनाला त्याचं काहीच वाटलं नाही. बाहेरल्या सोप्यात लावलेल्या शंतनु-मत्स्यगंधेच्या चित्राकडे बघत तो पुन्हा स्वत:शीच म्हणाला, ''आरं जा, असलं लई बघितल्यात!''

रात्री मारुतीच्या देवळात पोथी सुरू झाली, तेव्हा रामुश्याच्या लिंबाखाली येऊन भगा उगीच खाकरला आणि त्यानं हाळी दिली – ''निजला काय रं सोनार मंडळींनु!''

एक्यात खालवर धोतर घालून निजलेला कुणी बापई उठला, ''नाही जी, समदी पोथीला गेल्यात देवळात!''

भगा देवळात आला, तेव्हा फाटकमास्तर समईच्या प्रकाशात पोथी वाचीत होते, खेडुतमंडळी भिंती-खांबांना टेकून ऐकत होती आणि पलीकडेच मधे वाट सोडून बायामाणसं होती. ती नजरेला पडतील, अशा बेतानं भगा बसला आणि हलकेच त्यानं आपली शोधक नजर बायकांच्या घोळक्यातून फिरवली आणि सोनाराच्या पोरीवर जेव्हा ती थांबली, तेव्हा कुत्र्याच्या दर्शनानं मांजरी फिस्करावी तशी ती फिस्कारली आणि सर्रकन पदर ओढून तिनं तोंड फिरवलं. मान खाली घालून भगा पोथी ऐकू लागला. 'व्यंकटेशविजय' ऐन भरात होता.

'कनक कलश जैसे सुंदर। आदर्श तिचे बिंबाधर
तैसे शोभती युग्मपयोधर। चुंबन घेवूनी दंशीलेऽऽ'

दुसऱ्या दिवशी सकाळीही सोनाराच्या बिऱ्हाडावरनं भगानं एक-दोन चकरा मारल्या. एक कडीजोड ठोकून होईपर्यंत तो तिथे सोनाराशी बोलत बसून राहिला, पण त्या इरसाल पोरीनं त्याच्याकडे ढुंकूनही पाहिलं नाही. भगाला हा अनुभव अगदी नवाच होता. त्यामुळे तो जरासा खट्टूच झाला आणि इरेलाही पडला. मी-मी म्हणणाऱ्यांना हातोहात उठवलं आणि ही पोरगी नुसती बघायला तयार होईना, ही गोष्ट त्याच्या जिवाला लागली. चमक, आर घालून रंगविलेला भगाचा गुलाबी फेटा, पातळ मलमली अंगरखा, काळ्या काठाचं स्वच्छ धोतर आणि त्याच्यावर कमरेखाली टिचभर दिसणारा पायाच्या अंगठ्यागत चांदीचा करदोडा – यांतील कोणतीही वस्तू त्या पोरीला फिदा करू शकली नाही. दुपारच्या वेळेला वाड्याच्या भिंताडावर चढून त्यानं बघितलं, तेव्हा मातीची केळी डोक्यावर घेऊन ती पोरगी कंबर हलवीत, गावाशेजारच्या मळ्यातल्या विहिरीवर पाण्याला जात होती. धोतराची घडी काखेला मारून तोही तिकडे गेला.

माचाडावरल्या वाफ्यात उभं राहून त्यानं आत बघितलं. ओणवी होऊन सोनाराची

पोरगी केळी बुडवीत होती. हातातलं धोतर भगानं जवळच्या दगडावर ठेवलं. अंगरखा, छाटण काढून ठेवली. घाईघाईनं धोतराचा खोचा घातला आणि वरूनच धाडकन आत उडी मारली. बराच वेळ आत राहून सपाच्या कडेला हळूच त्यानं डोकं काढलं, तेव्हा विहिरीत असलेल्या साती असरांपैकी एक जण पायरीवर उभी आहे, असं त्याला वाटलं. भगाला पाहताच 'तू?' अशा अर्थी तिनं भुवया उडविल्या आणि खालचा ओठ दातानं दाबून कमरेवर हात ठेवून ती उभी राहिली आणि मग कुठं भगाच्या ध्यानात आलं की, केळी भरून उचलत असतानाच एकदम उडी टाकल्यामुळे तिच्या हातातनं ती धसक्यासारशी खाली पायरीवर पडून तिचे तुकडे-तुकडे झाले होते.

"केळी गं कशी फुटली?" सपावर बसत त्यानं विचारलं.

"हुमनदांडग्याच्या दांडगाईनं!"

"आन् असलं लई बघितल्याली, दांडग्याच्या उडीला कशी दचकली?"

यावर ती ताठर पोरगी गोड हसली. भगाला वाटलं, लागला खडा.

"पाटील, हा दांडगावा बरा नव्हं." ओलाचिंब घोळ पिळत ती म्हणाली, "आता पानी कशानं न्यावं? आन् लुगडंबी भिजून चिंब झालं समदं!"

मिस्किलपणानं भगा हसला. आपण जिंकल्याचा आविर्भाव त्या हसण्यात होता.

"बाजी कुंभाराकडनं आन जा एक केळी – भगवंत पाटलानं सांगितलंया म्हणून सांग... आन् लुगडं सो...."

"जावा –" लाजेनं चूर होऊन तिनं एक झकास मुरका मारला.

"आन् आराभर नेलंस तरी तुला कोन न्हाई म्हणतंय?" पुन्हा एक गहिरा गटाक्ष पाटलावर फेकून सोनाराची पोर पायऱ्या चढून निघून गेली आणि खुशीत येऊन भगानं धडाधड डुबक्या घेतल्या.

तिसऱ्या प्रहराला भगा जेव्हा रानात निघाला, तेव्हा राणू पाटलांनी पुन्हा त्याला लवकर घराकडे परतण्याविषयी बजावलं. कारण शिंदेवाडीची माणसं कडुसं पडायच्या वख्ताला येणार होती. भराभरा ढांगा टाकत भगा वरच्या टुकड्यात पोहोचला, तेव्हा छातीइतक्या जोंधळ्यात त्याला सोनाराच्या पोरीचं लाल लुगडं दिसलं. हातानं ताटं बाजूला सारून तो तिच्यापाशी आला, तेव्हा ती जवळच्या धारदार कोयत्यानं जोंधळ्याचं बांडाचं ताट तासत होती.

भगाला पाहताच तिनं पदर सावरला आणि म्हटलं, "बसा की."

तिच्यापासून तो चार-आठ हातांच्या अंतरावर बसत म्हणाला, "बरं, बसतो."

"एवढं लांब का, असं जवळ या की –"

आता भगाची भीड चेपली. तो तिच्याजवळ सरकला आणि तिच्या पाठीमागून

एक हात टाकून त्यानं तिला आवळलं. तिच्या पिकल्या मिरच्यानं तोंड पोळविण्यासाठी तो वाकला... एवढ्यात चलाखीनं एका हातानं तिनं भगाचं नाक धरलं आणि रताळ्याचा तुकडा उडवावा तसा हातातल्या कोयत्यानं त्याचा तुकडा उडवला.

"खेटरंखाऊ द्वाडा, तरण्याताठ्या पोरींची इज्जत घेतोस; नाही का? गावच्या पाटलाचा पोरगा म्हनून वळूवानी गावात हिंडायची मुबा मिळाली व्हय तुला? गावात शेण खातोस ते खातोस, आन् आमच्यासारख्या बाहिरच्यावर तुजा डोळा! पण मी बी छप्पन गावचं पानी पेलेली हाय. तुझ्यासारख्या डुकराला नाही बधायची!'' एवढं तावातावानं बोलून संतापलेल्या त्या पोरीनं खालली ओंजळभर काळी माती घेऊन रक्तबंबाळ नाक झाकून घाबऱ्या झालेल्या भगाच्या तोंडावर फेकली आणि तोंडानं शिव्या हासडत ती वाऱ्यासारखी निघून गेली.

कडुसं मावळायला, झूल घातलेल्या बैलांच्या गाडीतून शिंदेवाडीची मंडळी करगणीच्या शिवेत शिरली. सांगून-सवरून पोरगं गाफील राहिलंच, याबद्दल राणू पाटील प्रथम चिडले. काळोख किट्ट झालं तरीही भगा आला नाही म्हणून संतापले आणि मध्यान्ह रात्र उलटून गेली, तेव्हा घाबरले. चारी दिशांना त्यांनी म्हारं-रामुश्यांना दवडलं. आरडाओरडा करून सर्वांवर तोंडसुख घेतलं.

दहा-दहा, बारा-बारा मैलांचा टापू धुंडाळून म्हारं-रामुशी हताशपणानं दिवस उगवायला करगणीत आली, तेव्हा लिंबाखालचं सोनाराचं बिऱ्हाड तिथं नव्हतं!

भगाचा पत्ता चार दिवसांनी लागला. तालुक्याच्या दवाखान्यात तो कापल्या नाकावर पट्टी बांधून पडून होता.

■

८

लग्न

हायस्कूल सुटले आणि सहाव्या इयत्तेत शिकणारा भालचंद्र बाहेर पडला. खाली बघून रस्त्याने चालू लागला. इतर मुले दंगा करीत होती, चेष्टा करीत होती. एकमेकांना एकमेकांच्या अंगावर ढकलीत होती, मोठमोठ्याने हसत होती आणि वाळक्या अंगाचा उंच भालचंद्र खाली मान घालून रस्त्याने मुकाट चालला होता. त्याच्या चेहऱ्यावर हसू नव्हते. घरी जाण्याची अधीरता त्याच्या चालण्यात नव्हती. आई-बापावेगळा, माधुकरी मागून शिकणारा दुःखी मुलगा दिसावा तसा दिसणारा भालचंद्र पाय ओढत चालत होता. अंगात रेघारेघांचा धुवट शर्ट होता. खाली खाकी कापडाची अर्धी चड्डी होती. पायांत काही नव्हते. धुळीने भरलेल्या रस्त्यावरून तो अनवाणी चालत आपल्या घराकडे येत होता आणि घरी येण्याची अधीरता त्याच्या चालण्यात मुळीच दिसून येत नव्हती. त्याला भूक लागली होती. एका ठिकाणी बसून त्याला बीजगणित करायचे होते आणि तरीही त्याला आपले घर नको वाटत होते.

एका जुन्या गल्लीत आठ रुपये भाड्याचे त्याचे घर होते. गुळगुळीत फरश्यांचा रस्ता असलेल्या बोळात शिरताच बुटकी चौकट होती. तिच्यातून आत गेले की ओल असलेली एक लहान खोली होती. गाद्यांच्या वळकट्या, एक जुनी आरामखुर्ची, विटकर रंगाची सतरंजी, अभ्रा नसलेला तक्क्या, खुंट्यांवरून-दांड्यांवरून वाळत घातलेली पातळे, धोतरे, शर्ट अशा वस्तूंनी ही खोली गिचमडलेली असे. धुरकटलेले फोटो भिंतीवरून लोंबकळत, रंग लावलेल्या कोनाड्यात चतुर्थीला आलेला गणपती तसाच बसून असे. वाण्याच्या दुकानात काम करणारा थोरला भाऊ बंडू रद्दी कागदांचा पसारा करून त्यात पिशव्या डकवीत बसलेला असे. तो त्याचा 'साइड बिझिनेस' होता. लहान भाऊ सतरंजीवर पालथा पडून पुस्तक वाचीत असे आणि पोस्टात नोकरी

करणारे वडील भकास चेहऱ्याने आरामखुर्चीवर पडून असत. लग्नाला आलेल्या आपल्या मोठ्या मुलीचे काय होणार, ही काळजी त्यांना सदैव असे.

या खोलीतून आत गेले की, अंधारे स्वयंपाकघर होते. तिथे नेहमी धूर झालेला असे. भांडीकुंडी, डबडी यांबरोबर देवाचा देव्हारा, साधुपुरुषांच्या तसबिरी, अंथरुणे, वाळत घातलेले कपडे हा सारा पसारा तिथेही होता. जुने आणि अपुरे पातळ अंगावर नेसून आई तिथे काही तरी काम करीत असे आणि करता-करता करुणाष्टके म्हणत असे.

गरिबीची काळी सावली सारे घर सदोदित व्यापून असे. असमाधान, चीडचीड, त्रागा, चिंता यांचा सुळसुळाट घुशी, उंदीर, ढेकणे, डास यांच्या बरोबरीने असे. कधी स्वच्छ-खळखळीत हसणे, मनमोकळे बोलणे या घरात होतच नसे. कुणी ना कुणी स्वत:वर वा दुसऱ्यावर चिडलेले असे आणि यामुळेच भालचंद्राला घराची ओढ नव्हती. शाळा सुटल्यावर दुसरीकडे कुठे थांबायला मिळाले, तर त्याला हवेच होते; पण तशी जागाही नव्हती. कुढ्या, असमाधानी वातावरणात लहानाचा मोठा झालेल्या भालचंद्राला अशी जागा निर्माण करणे जमले नव्हते. त्याला मित्र नव्हता. मित्राशिवाय, खेळाशिवाय सतरा-अठरा वर्षांचा हा पोरगा कसे राहू शकत होता, हे आश्चर्य होते. पण भालूला मित्र नव्हता. त्याला खेळाची आवड नव्हती. किंबहुना त्याला कसलीच आवड नव्हती; कसलाच छंद नव्हता. महत्त्वाकांक्षा नव्हती, स्वप्ने नव्हती. जे प्राप्त आहे ते ढोर-मेहनतीने करीत राहायचे, एवढेच त्याला माहीत होते आणि त्यामुळे जीवनातील सुखाचे लहान पण सोनेरी कणही त्याच्या कधी हाती आले नव्हते.

रस्त्याने घंटा खणखणत टांगे जात होते. मोटारी पळत होत्या. माणसे जात-येत होती. दुकानांतून सौदे चालले होते. हॉटेलांतून रेडिओ वाजत होते. संध्याकाळच्या उत्साहाने शहर गजबजले होते. बायका चांगली पातळे नेसून बाहेर पडल्या होत्या. शाळा-कॉलेजांतून सुटलेली मुले घोळक्या-घोळक्याने घरी परतत होती आणि भालचंद्र रस्त्याच्या कडेकडेने सावकाश चालला होता.

मरगळलेल्या मनाने, मरगळल्या शरीराने तो चालत होता. मधेच तो मान वर करून इकडे-तिकडे बघे आणि पुन्हा खाली पाहून चालू लागे. त्याचे कुणाकडे लक्ष नव्हते आणि त्याच्याकडे कुणी बघत नव्हते.

मुख्य रस्ता सोडून भालचंद्र गल्लीत वळला. गुळगुळीत फरशीवरून चालू लागला. बाजूला उघडी गटारे वाहत होती. म्हशीच्या शेणाच्या पोवट्या फरशीवरून ओळीने पडत गेल्या होत्या. दोन लहान पोरे पतंग उडवीत होती. समोरासमोर घरे असलेल्या दोन बायका आपापल्या घराच्या उंबऱ्यावर बसून एकमेकींशी बोलत होत्या. कोंबड्या हिंडत होत्या.

घराशेजारी जातो ना जातो, तोच भालचंद्राचा बारा वर्षांचा भाऊ पळत आला आणि आनंदाने सांगू लागला, "अरे, आपल्या ताईचं लग्नं ठरलं. खूप श्रीमंत आहे तिचा नवरा. बंगला आहे, मोटार आहे... टेलिफोनसुद्धा आहे तिच्याकडे!"

भालूच्या कपाळाला आठ्या पडल्या. तो तिरसटून म्हणाला, "अरे, रस्त्यावर काय सांगतोस? आत तरी जाऊ दे मला."

ते पोर हिरमुसले आणि भालू घरात शिरला. एकाएकी त्याला घर बदलल्यासारखे वाटले. ते नेहमीसारखे कोंदट, अंधारे वाटले नाही. सर्वत्र ताजेपणा होता, टवटवी होती, गाद्या व्यवस्थित रचलेल्या होत्या, रद्दीच्या पिशव्या करण्याचे सोडून थोरला भाऊ नीट अंथरलेल्या सतरंजीवर बसून एकाग्रपणाने पंचांग वाचीत होता आणि वडील उजळत्या चेहऱ्याने येरझाऱ्या घालीत होते. त्यांनी हाताची घडी पाठीमागे घातली होती आणि नुसत्या मळकट गंजीफ्रॉकऐवजी नेहमी बाहेर जाताना असणारा पांढरा शर्ट तसाच त्यांच्या अंगात होता.

भालूला हा बदल आश्चर्यकारक वाटला. विलक्षण वाटला. पुस्तके कोनाड्यात टाकून तो अरुंद जिन्याने वर गेला आणि नेहमी अपुरे पातळ नेसून वावरणारी आई त्याला कपड्यांची जुनी पेटी उघडून घड्या उलगडताना दिसली. कधी काळी समारंभाच्या, लग्नाकार्याच्या निमित्ताने घेतलेल्या रंगीत, जरीच्या साड्यांच्या घड्या उलगडत आई बसली होती. तिचे केस व्यवस्थित विंचरलेले होते आणि कधी नव्हे तो तिचा चेहरा घासलेल्या भांड्यासारखा लख्ख दिसत होता. घरात धूर नव्हता आणि त्या कोऱ्या वस्त्रांचा, अत्तरांचा, केवड्याच्या पानांचा सूक्ष्म गंध पेटीतून बाहेर पडून दरवळत होता.

भालूने धुळीने मळलेले पाय धुतले. एखाद्या पोराच्या उत्साहाने आई त्याला म्हणाली, "अरे, मालीचं लग्न ठरलं. नशीब दांडगं पोरीचं. छान स्थळ मिळालं बघ. नवरा मॅट्रिक झालाय."

भालू मध्येच म्हणाला, "मला माहीत आहे. त्याचे बंगले आहेत, मोटारी आहेत. खूप श्रीमंत आहे."

मान वळवून आईने विचारले, "कुणी सांगितलं तुला?"

"सांगितलं शंकरनं. वाटेत गाठूनच सांगितलं."

आणि म्हातारीच्या लक्षात आलं की, ज्या बातमीने सारे घर उजळले आहे, त्या बातमीचा भालूवर काहीही परिणाम झालेला नाही. त्याला आनंद झालेला नाही. कौतुक वाटले नाही. म्हातारपणी आपल्या वडिलांच्या डोक्यावरचा एक मोठा बोजा उतरला आहे; प्रयत्नपूर्वक आणि मोठा हुंडा देऊनही मिळाले नसते असले मोठे स्थळ आपल्या बहिणीला मिळाले आहे, या घटनेचे या पोराला काहीही नाही.

कपाळाला आठ्या घालून भालूने विचारले, "मला भूक लागलीय. काही

खायला आहे का?''

''सगळं करायचं आहे आता. करंज्या, लाडू, चिवडा – सगळं केलं पाहिजे.''

''ते करशील तेव्हा कर, पण आता मला काही आहे का?''

''काही नाही. चहा करून घे हवा असला तर.''

यावर भालू काही बोलला नाही. जिना उतरून तो खाली गेला आणि कोनाड्यातून पुस्तके काढू लागला.

फेऱ्या घालता-घालता वडील थांबले आणि म्हणाले, ''भालचंद्रपंत, तुमच्या मोठ्या भावाला पत्र लिहा एक मुंबईला. ताईचं लग्न ठरलंय म्हणावं. दोन दिवसांची रजा काढून पुण्याला ये. मुलाच्या बंगल्यातच लग्न होणार आहे. काय?''

म्हाताऱ्याचा आवाज विलक्षण मोकळा होता. झालेला आनंद त्या बोलण्यातून ओसंडत होता.

''तुम्हाला काही करायला नको म्हणावं. तुझ्या पाच पैशाची अपेक्षा नाही. दोन्ही घरचा खर्च ते करणार आहेत. पत्रिका छापायलासुद्धा तुला वीस रुपये खर्चायला नकोत. नुसता ये आणि अक्षता टाकून जा.''

हे सांगताना म्हातारा येर-झारा घालीत होता आणि हातवारे करीत होता. आपले म्हणणे पटवून देण्यासाठी वाकून एक हात पुढे करीत होता.

भालू म्हणाला, ''बंडू लिहील. मला अल्जिब्रा सोडवायचा आहे.'' आणि कोपऱ्यात चटई टाकून तो पुस्तक उघडून बसलाही.

म्हातारा न रागविता पण आवाज चढवून म्हणाला, ''अरे, थोडा वेळ राहू दे, आता तुझा अभ्यास. ताईचं लग्न उभं राहिलंय. आम्ही आता थकलोय. पुढे होऊन तुम्ही पोरांनीच करायला पाहिजे सगळं. मेहेरबानी लेको, तुम्हाला पायताणं फाडावी लागली नाहीत. दहा हजार रुपये दिले असते, तरी असं स्थळ मिळालं नसतं!''

तिघा जणांनी तिन्हीकडून सांगितले तेव्हा भालूला वाटले, हे कसे शक्य आहे? एवढे मोठे स्थळ ताईला एकदम कसे मिळाले? हुंडा नाही, खर्च नाही – असा हा कोण गाणूस एकदम तयार झाला? मालू गेले काही दिवस पुण्याला आपल्या मावशीकडे राहत होती. मावशीच्या घरचे बरे होते. तिचा नवरा मोठ्या पगारावर सरकारी नोकरीत होता. पण एवढे बघून तिला असे स्थळ मिळाले? ही माणसे उगीच हुरळली आहेत. हे खरे असणे शक्य नाही. नुसती बोलणी झाली असतील आणि तेवढ्यावरून ही माणसे हुरळली असतील. असले लग्न निर्विघ्न पार पडणे दुरापास्त आहे – केवळ अशक्य आहे. मावशीच्या बडेजावाकडे बघून ते तयार झाले असले, तर आज ना उद्या त्यांना खरी परिस्थिती कळेल आणि एका सामान्य कुटुंबातील मुलीशी लग्न करायचे तो माणूस ऐनवेळी नाकारेल. घराणे बरोबरीचे नाही, हे एकच कारण त्याला पुरे होईल.

पुस्तकातून डोके वर काढून त्याने वर बघितले, तेव्हा बंडू पत्र लिहायला बसला होता आणि एकाएकी सामाजिक पातळी उंचावलेला म्हातारा विचारपूर्वक मजकूर सांगत होता –

"मुलाचे घराणे आपल्याला शोभेल असेच आहे. घरी नवरामुलगा हाच कर्ता आणि एकुलता एकही आहे. सासू-सासरा ही माणसे सज्जन आहेत. नोकरमाणसे बरीच आहेत. परमेश्वराची कृपा म्हणून हे असले स्थळ मिळत आहे –"

हा मजकूर ऐकला आणि भालूला राहावले नाही. अगदी थंडपणाने तो म्हणाला, "सगळं नक्की झालंय का तात्या? उगीच सर्वांना कळवू नका. झालं नाही म्हणजे हसू होईल!"

पोराच्या या विचारण्याने म्हातारा एकदम चिडला. पिचक्या आवाजात म्हणाला, "ठरल्याशिवाय कळवायला मी काही मूर्ख नाही. मुहूर्त नक्की झालाय. याद्या करून आलो मी पुण्याला. आणखी काय ठरायचं रे? इंग्रजी शिकू लागलास म्हणून तुलाच तेवढी अक्कल आली आणि आम्ही बेअकली काय? तुला लिहायचं नसलं तर लिहू नकोस पत्र. पण मंगलकार्यात अभद्र का बोलतोस? मूर्ख नाही तर!"

भालूने खाली मान घातली. पण त्याला मनोमनी वाटले की, हे खोटे आहे. एवढा श्रीमंत माणूस मागणी घालतो कसा? एवढे मालीत काय आहे? थोडा रंग उजळ आहे, थोडे रूप बरे आहे; पण मालीपेक्षा सवाई देखण्या अशा कित्येक पोरी लग्नाच्या बाजारात उभ्या असतील. तिलाच काय सोने लागले आहे? तो म्हातारा नाही, हे त्याचे दुसरे लग्न नाही, त्याच्यात काही व्यंग नाही; मग तरुण, श्रीमंत अन् अव्यंग अशा माणसाला पसंत पडण्यासारखे मालीत काय आहे? छे, हे सगळे खोटे आहे! लग्न होणे शक्य नाही. अजून विवेक करावा आणि तात्यांनी गाजावाजा करू नये. तो त्यांच्या अंगावर येईल. अब्रूपरी अब्रू जाईल आणि लोक म्हणतील, एवढे वय झाले; ह्या म्हाताऱ्याला काही कळायला पाहिजे होते.

"तात्या, पत्र लिहू नका. दादालाच लिहिता आहात ते एकपरी चालेल; पण पाहुण्यांना, नातेवाइकांना लिहू नका. अहो, असे घडणे शक्य नाही. माझे ऐका– "

पण म्हातारा मोठेपणाने सांगत होता. मजकूर ऐकण्यासाठी आई जिन्याशी येऊन उभी राहिली होती. शंकर गुडघे मोडून बसला होता. भाऊ काय लिहितो, हे बघत होता. म्हातारा स्पष्ट शब्दांत सांगत होता, "कसलेही काम बाजूला ठेवून अवश्य निघून ये. अकरा तारखेला सकाळी दहा वाजून दहा मिनिटांनी मुहूर्त आहे...."

अकरा तारीख जवळ येत होती आणि घरात गडबड-घाई चालू झाली होती. बाराही महिने थंड, जड असलेले ते घर विलक्षण चपळ, हलते झाले होते. दुकानात

कामाला असलेल्या बंडूने उधारीवर काही वस्तू आणल्या होत्या आणि रात्र-रात्र जागून आई फराळाचे करीत होती. कुठलीशी एक सोवळी म्हातारी बाई तिने मदतीला बोलविली होती आणि ताईचे भाग्य कसे आहे, ती त्या म्हातारीला पुन:पुन्हा सांगत होती. त्यांच्या बोलण्याने रात्री भालूला अभ्यास करता येत नव्हता. बारा-एक वाजेपर्यंत झोप येत नव्हती.

तात्यांची धावपळ सुरू झाली होती. सगळा खर्च नवरामुलगा करणार असला तरी आपल्या कमरेला काही रुपये असले पाहिजेत, असा त्यांचा आग्रह होता; कारण लग्नकार्यात वेळप्रसंग सांगून येत नाही. शिवाय थोडी कापडेचोपडे खरेदी करणे अवश्य होते आणि त्यासाठी पैसे लागणार होते. रोज सकाळी उठून ते कुठे तरी जात आणि दुपारी जेवणवेळ टळून गेल्यावर संत्रस्त मनाने घरी परतत. बायकोला उद्देशून म्हणत, "हल्ली काळच चमत्कारिक आला. कुणी कुणाला मदत करायला तयार होत नाही. पूर्वी लग्नकार्याच्या कामात पैशाशिवाय अडतं आहे, असं कळल्यावर कुणीही पैसे कर्जाऊ देत आणि आता चांगले ओळखीचे लोकसुद्धा चक्क नाही म्हणून सांगतात. काळच कठीण आलाय!"

पण अखेर त्यांना कुणी भला माणूस भेटला. कर्जाऊ पैसे मिळाले. त्या दिवशी घरी येऊन त्यांनी बंडूला सांगितले, "बंडोपंत, तुम्ही आणि तुमचे दोन्ही भाऊ तयार कपड्याच्या दुकानात जा आणि फर्डा सदरे आणा सर्वांना. पँटी आणा. अरे, त्या एवढ्या मोठ्या मंडळींत तुम्ही काय असे फाटक्या कपड्यांनी वावरणार? चला, जा."

आणि बंडूपाशी त्यांनी चक्क नोटा दिल्या. त्या खिशात नीट ठेवून बंडू म्हणाला, "आणि तात्या, तुम्हाला? तुमच्या अंगावर नवं पाहिजे की!"

"पाहिजे तर! पण मी आणेन सावकाश."

तात्यांनी असे म्हणताच सुंदराबाई वरून डोकवल्या आणि म्हणाल्या, "आपणही जा. मुलांना सोबत घेऊन जा आणि सर्वांनाच एकेक चड्डी-सदरा घ्या. धोतर आणि अंगरखा घ्या. असे काय पैसे पडणार आहेत!"

तात्या वर बघून म्हणाले, "आणि मग तुम्हालाच का नको?"

"मला आहेत माझी पातळं; ती वापरेन मी."

"छे, छे. ते काही नाही. तुम्हालाही पातळ हवंच. काम उरका झटपट. सगळे मिळून जाऊ बाजारात. आटपा."

काम उरकले. सर्व जण बाजारात जाण्यासाठी तयार झाले होते. बंडू, शंकर, तात्या, आई आणि... नेमका भालू तेवढा बाहेर गेला होता. त्याने कुणाला जातो म्हणून सांगितले नाही; केव्हा येईन ते सांगितले नाही. अभ्यासाची पुस्तके घेऊन तो बाहेर पडला, तो संध्याकाळ झाली तरी माघारी आलाच नाही. तात्या चीड-चीड

चिडले. आरडून-ओरडून त्यांनी गोंधळ केला आणि मग 'केव्हा यायचे असेल तेव्हा येऊ दे त्याला. आपण जाऊ या,' असे ठरवून ते बाहेर पडले.

दुकानात मतभेद झाले. तयार कपडे नीट अंगाला बसेनात. तात्या म्हणाले, थोडे ढगळच हवेत. सुंदराबाई म्हणाल्या, अंगावर शोभून दिसावेत असे तरी पाहिजेत. बराच वादविवाद झाला आणि तयार कपडे, धोतरजोडी, चड्ड्या, पातळे घेऊन तात्या परत घरी आले. नवे कपडे घेतल्याचे समाधान त्यांना मुळीच मिळाले नाही. कारण कपडे थोडे दिसत होते आणि खिशातले पैसे फार गेले होते. मुलांचे चेहरे फुलले होते. सुंदराबाई खुशीत होत्या आणि तात्या मात्र गंभीर झाले होते.

ते पुन:पुन्हा म्हणत होते, "माणसाला दुकानात गेलं की भान राहत नाही. फटकन पाऊणशे रुपये नुसते कपड्यांत गेले!"

बाहेर गेलेला भालू रात्री उशिरा घरी आला, तेव्हा तात्या त्याच्यावर तुटून पडले.

"कुठे गेला होतास तू भाल्या?"

"बाहेर."

"शरम नाही वाटत वर तोंड करून बोलायला? तुला सांगितलं होतं ना, बाजारात जायचं आहे कपडे आणायला म्हणून? मग न सांगता-सवरता बाहेर का गेलास?"

"मला कपडे नकोत."

"अरे वा! का नकोत? लग्नसमारंभात अशा कपड्यांनी वावरून अब्रू का घालविणार आहेस माझी? सगळे नव्या कपड्यांत वावरणार आणि तू असा राहणार होय? गाढवा, लोक मला काय म्हणतील?"

"मला लग्नाला यायचं नाही."

"का नाही यायचं? ती तुझी बहीण नाही? तुझी कोण लागत नाही ती? आम्ही तुझे कोणी नाहीत?"

"मला अभ्यास आहे."

"अहा रे, अभ्यास करणारा! माहीत आहे, काय अक्कल आहे! अभ्यास करतोय! मोठा बॅरिस्टर होणार आहे अभ्यास करून."

"मला लग्नाला यायचं नाही; तुम्ही जा."

"तोंडात मारेन उलट बोललास तर! कसा येत नाहीस ते बघतो. लाथा घालून नेईन तुला पुण्यापर्यंत."

आरडाओरडा फार झाला तेव्हा आई मधे पडली आणि भालूच्या हाताला धरून तिने त्याला वर नेले. त्याच्या पाठीवरून हात फिरवून ती म्हणाली, "भालचंद्रा, बाळा, असं रे का करावं वेड्यासारखं? एकुलती एक बहीण ती! तू लग्नाला आला

नाहीस तर तिला काय वाटेल? लोक काय म्हणतील? एकटा का राहणार आहेस घरात? सगळी आम्ही तिकडं गोडधोड खाऊ, आनंदात राहू आणि तू एकटा खाणावळीत तुकडे मोडणार का इथं?''

पण भालू बोलला नाही. मान हलवून तो म्हणाला, ''मी येणार नाही. तुम्ही खुशाल जा. मला गरज नाही त्या लग्नाची.''

पण त्याच वेळी त्याला वाटत होते की, आई आपल्याला नेणार. मालीच्या लग्नाला हजर राहावे लागणार.

अद्ययावत पद्धतीने बांधलेला बंगला शिणगारला होता. रंगीबेरंगी आणि प्रशस्त मांडव घातला होता. खुर्च्या मांडल्या होत्या. गाद्या-तक्के मांडले होते. मंगल वाद्ये वाजत होती आणि लोक जमत होते. नवे-नवे झकपक कपडे केलेले लोक – कुणी मोटारीतून येत होते, कुणी टांग्यातून येत होते, कोणी सायकलीवरून येत होते. श्रीमंत अभ्यंकरांच्या घरी त्यांच्या कर्त्या मुलाचे लग्न होते आणि विनंतीस मान देऊन मंडळी अगत्याने येत होती.

बंगल्यात धावपळ चालली होती. रंगीबेरंगी, झुळझुळीत साड्या नेसलेल्या, दागिन्यांनी मढलेल्या बायका घाईने इकडे-तिकडे जात होत्या. अत्तराचा सुगंध सुटला होता. पक्वान्ने तयार केली जात होती, मंत्र गायले जात होते. लहान मुले हुंदडत होती. गादी-तक्क्यांपाशी टेकून रेशमी सदरे घातलेली माणसे विडे चघळत होती, सिगारेटी ओढीत होती.

जरीचा रुमाल बांधून आणि पिवळा रेशमी कोट घालून तात्या इकडून तिकडे लगबगीने जात होते. नाकात नथ घातलेल्या सुंदराबाई सुस्नात, सुवस्त्रा अशा आपल्या मुलीच्या भोवती-भोवती राहत होत्या. वरचेवर तिचा पदर नीट करीत होत्या.

एका प्रशस्त खोलीत पिवळ्या गॅबरडीनचा सूट घातलेला नवरामुलगा मित्रांच्या घोळक्यात बसला होता. टिंगल, चेष्टा चालली होती. रूपाने देखणा असा तो तरुण मुलगा मोठ्या माणसांना चोरून सिगारेट ओढीत होता आणि वडीलधाऱ्या माणसांना फार भितो, असं नाटक करीत होता.

लग्नघटिका जवळ येत होती. मुंबईहून आलेला तात्यांचा मोठा मुलगा उगीचच गोंधळून गेला होता. हे लग्न निर्विघ्नपणे कसे पार पडेल याची काळजी त्याला लागली होती. सारखा तो गंभीर होत होता आणि साधी गोष्टही अजीजीने बोलत होता. –आणि या सगळ्या गर्दीत नेहमीची अर्धी चड्डी आणि रेघारेघांचा शर्ट घातलेला भालू वरच्या मजल्यावर अगदी बाजूला अशा एका खोलीत बसून राहिला होता. पाहुणे आलेल्या लोकांच्या पेट्या, बिस्तारे भिंतीच्या कडेला पडले होते.

कलाबतू, पानांचे देठ, सिगारेटची थोटके आजूबाजूला पडली होती. वर कुणीही नव्हते. सर्व जण खाली चाललेल्या समारंभात रंगले होते आणि भालू एकटा खिडकीत बसून राहिला होता. त्याला वाटत होते की, अरे, हे सारे खरेच आहे! मालीचे लग्न ही सत्य गोष्ट आहे. यात काही खोटे नाही. हा भव्य तीन मजली बंगला खरा आहे. या चकचकीत मोटारी खऱ्या आहेत. या जरीच्या वस्त्रांनी आणि सोन्यामोत्यांच्या दागिन्यांनी झळझळणाऱ्या बायका मालीच्या लग्नासाठी जमल्या आहेत. हे मोठमोठे, उत्तम पोशाख केलेले आणि चेहऱ्यावरून सभ्य वाटणारे पुरुष येत आहेत ते या समारंभासाठीच. हा बँड वाजतो आहे, हा सुवास सुटला आहे, तो नवरामुलगा हातात अंगठ्या घालून बसला आहे... ती माली दागिन्यांनी लवली आहे, आनंदाने फुलली आहे ती लग्नासाठीच!

त्याला विस्मय वाटला, आश्चर्य वाटले. ही अशक्य अशी गोष्ट शक्य होते आहे याचा त्याला अचंबा वाटला. खाली मंगलाष्टकांचे सूर ऐकू येऊ लागले. गलका वाढला. उशिरा येणाऱ्या मोटारींचे हॉर्न वाजू लागले. उशीर झालेले लोक घाईघाईने बंगल्याच्या पायऱ्या चढू लागले. भालूला आपल्या बहिणीबद्दल एकाएकी तिरस्कार वाटला. चीड आली.

मंगलाष्टकांचे सूर चढत होते. भटजी ओरडत होते. वाजंत्रीवाले तयार होऊन बसले होते. अक्षतांचा सडा होत होता. अत्तर-गुलाब, हारतुरे वाटण्यासाठी उत्साही मुले अधीर झाली होती.

भालूला चीड असह्य झाली होती. काल आपल्यासारखी दरिद्री असणारी, आपण खातो तेच खाणारी, आपण वापरतो तेच कपडे वापरणारी ही माली – आपली बहीण – आज एकाएकी श्रीमंत झाली! आज वीस वर्षे जे आपल्या कुटुंबाचे दुःख होते, तेच तिचे दुःख होते. जे आपल्या कुटुंबाचे सुख होते, तेच तिचे सुख होते. ते आज एकाएकी बदलले. या राजेशाही बंगल्याची, या मोटारीची, या संपत्तीची ती मालकीण झाली. हे वैभव तिला एकाएकी मिळाले.

माझे वडील हयातभर कष्ट करीत आले; त्यांना हे वैभव मिळाले नाही. माझा दादा जिवापाड मेहनत करतो आहे, पण अजून महिना सव्वाशेपेक्षा जास्ती रुपये त्याला मिळविता आले नाहीत. पुढे येतील, अशी आशा नाही. मी जागतो आहे, आठ-आठ तास वाचतो आहे तरी मॅट्रिकपुढे शिकायला मिळेल आणि महिना दोनशे रुपये पगाराची नोकरी मिळेल, ही सुतराम शक्यता नाही. आमच्या घरी काल दारिद्र्य होते, आज आहे आणि उद्या राहील. माझ्या वडिलांचा प्रवास गरिबीतच संपेल. माझ्या आईचा शेवट गरिबीतच होईल. माझा मोठा भाऊ, मी, माझे धाकटे भाऊ – सगळे असाच जन्म घालवतील; आम्हा कुणालाही एकाएकी असे वैभव मिळणे शक्य नाही; स्वप्नातसुद्धा शक्य नाही आणि ते या पोरीला मात्र मिळाले. विनाकष्ट,

विनासायास मिळाले. केवळ ती स्त्री आहे, केवळ तिच्यापाशी देखणेपण आहे, म्हणून!

भालूचे डोके चढले. त्याचा संताप अनावर झाला. त्याचे रक्त सळसळले. उसळीसरसा तो उठला आणि जिने दडदड उतरीत खाली आला. मांडवात आला. हातात असलेले थोडे तांदूळ चाळवीत गर्दी करून उभ्या राहिलेल्या लोकांतून तडक आत घुसला. धक्काबुक्की करीत चालला.

टिपेला पोचलेले भटजींचे आवाज एकदम बदलले. मंत्रांची घाई झाली. अक्षतांचा मारा झाला. टाळ्यांचा कडकडाट झाला. मंगल वाद्यांचा गजर झाला. आंतरपाट दूर झाला. नवरा-नवरीने एकमेकांच्या गळ्यात हार घातले आणि रागाने वेडा झालेला, संतापाने पेटलेला भालू मालीजवळ पोहोचला आणि ओरडला, ''मालेऽऽ तू माझी बहीण नाहीस. तू तात्यांची आईची मुलगी नाहीस. तुझा-आमचा काही संबंध नाही. तुझ्या मोटारी, तुझे बंगले, तुझे दागदागिने, तुझे वैभव, तुझे सुख – याची मला मुळीच किंमत नाही... मुळीच नाही.''

आणि गोंधळलेल्या बहिणीला डावलून गलक्यात त्याचे शब्द ऐकू न गेलेल्या पण त्याच्या चमत्कारिक कृतीने भांबावलेल्या बायकांच्या घोळक्यातून घुसत, धक्काबुक्की करीत तो विलक्षण पोरगा बाहेर पडला. त्या समारंभापासून त्या मांडवापासून दूर गेला. हमरस्त्याला लागून पार दिसेनासा झाला.

■

१

जत्रा

गंगाराम गुरव शामू पवाराच्या घराकडे आला, तेव्हा शामू माळवदावर उभा राहून पटका वाळवत होता. आज शनिवारचा बाजार होता. बाजारात टेशीत फिरायचे म्हणजे शामसारख्या पोराला निदान पटका तरी झोकात पाहिजे. दुपारी बारा-एकच्या सुमाराला बाजारातून दोन आण्यांचा हिरवा रंग आणून शामूने तो आपल्या कोशा-पटक्याला दिला होता आणि पटका लवकर वाळावा, त्याला इकडची-तिकडची धूळमाती लागू नये म्हणून माळवदावर चढून पटक्याचा फरारा हवेवर सोडला होता. पटक्याच्या एका बाजूची दोन्ही टोके गच्च धरून त्याने दोन्ही हात वर केले होते. उन्हात झळाळणाऱ्या हिरव्यागर्द पटक्याकडे बघत तो शीळ घालीत होता....

बुगडी माजी, सांडली गंऽऽऽ
जाता साताऱ्याला,
चुगली नका सांगू गंऽऽऽ
कुणी माज्या म्हाताऱ्याला....

शामू आपल्या नादात असताना गंगाराम खाली त्याच्या उंबऱ्यात आला. कपाळावर हात धरून त्याने वर बघितले. "शामू –"

खाली अवघडून बघत शामू म्हणाला, "का रं?"

"खाली येतो का जरा?"

हा आवाजच असा आला की, शामूला या वेळी वाटले, काही तरी भानगड आहे. हा आपला दोस्त सहज आलेला नाही.

"बस की घटकाभर – पटका वाळवतो अन् येतो."

"चटशिरी ये, काम हाय जरुरीचं."

"हां, झालं – निम्मा अर्धा वाळलाय."

धोतर आवरून गंगाराम घरात शिरला आणि अंगरख्याचा मागला पंखा पुढे घेऊन भिंतीशी आडव्या

पडलेल्या ज्वारीच्या पोत्यावर बसला. शामूची बायको घरात नव्हती. गंगारामने एकवार आढ्याकडे बघितले आणि मग नजर भुईवर लावून तो गप्प बसला.

गंगारामचे वय वीस-बावीस इतके होते. अंगाने तो सडसडीत आणि चांगला कठीण होता. उन्हावाऱ्यात खपल्यामुळे त्याच्या चेहऱ्याचा गोरा रंग तापलेल्या तांब्याच्या पत्र्यासारखा झाला होता. या पोराचे डोळे मात्र चार जणांपेक्षा वेगळे होते. कशाने कोण जाणे, पण त्याच्या डोळ्यांतल्या पांढऱ्या भागावर बारीक केसासारख्या तांबड्याभडक शिरांचे जाळे उमटले होते. ओठावरच्या भुऱ्या, दाभणकाठी मिशा, उभट चेहऱ्यावर घट्ट ताणलेली अशी तांबार कातडी आणि हे असले डोळे – यामुळे रूपाने चांगले दिसणारा हा पोऱ्या माथ्याने भडक असावा, असे पाहिल्याबरोबर वाटे. जेव्हा तेव्हा मान बाजूला करून थुंक टाकायचीही त्याला सवय होती.

शामूने पटका सात-आठ वेळा खाली-वर हलविला. तो वाळल्याची खात्री करून घेतली. गंगारामने काय बरे भानगड आणली असावी, याचा विचार करीत करीत त्याने पटक्याची घडी घातली. ती काखेत मारून तो माळवदाच्या पायऱ्या उतरला आणि घरात आला. इतका वेळ उन्हाकडे बघत राहिल्यामुळे घरात शिरताच त्याच्या डोळ्यांना चक्क काळोखी आली. डोळ्यांची उघडझाप करीत त्याने खुंटीवरची सतरंजी काढून खाली अंथरली आणि म्हटले, ''हिकडे बस की, चांगला श्याप.''

पोत्यावर बसलेला गंगाराम तसाच पुढे झपाटून सतरंजीवर आला. पायाने गोळा झालेली सतरंजी नीट करून भिंतीशी सरून बसला. डोक्यावरची पांढरी टोपी मागे सारून त्याने टाळू गोंजारली. शामू त्याच्या शेजारी बसला आणि उगीचच अवघडल्यासारखा होऊन सतरंजीवरून तळहात फिरवू लागला.

खोंडाने सोडावा तसा नाकाने फुस्कारा सोडून गंगाराम म्हणाला, ''बाई बैमानी निघाली शामू.''

''अस्सं? काय झालं?''

''दुसऱ्याच्या नादाला लागली.''

''कशावरनं?''

''म्या बघतलं परतक्ष. आईच्यान्!''

गंगाराम भलताच रागाला गेला होता, हे त्याच्या बोलण्या-वागण्यावरून दिसतच होते. बाई बैमानी निघाली, या गोष्टीचे त्याला फार दु:खही झाले होते; पण या सगळ्या प्रकरणात आपण आता काय केले म्हणजे 'काही केल्यासारखे' होईल, याचा काहीही अंदाज शामूला अजून लागत नव्हता. म्हणून त्याने गंगारामलाच बोलू दिले.

गंगाराम म्हणाला, ''हिच्यासाठी मी गावकी सोडली, गाव सोडलं. आजवर लगीन न करता मोकळा राहिलो. जवळ हुतं नव्हतं ते सगळं मी तिच्यासाठी खर्च

केलं, तेचं मला हे फळ मिळालं शामू! माज्या काळजात बग आग-आग पेटलीया!''

शामू म्हणाला, ''अरं, तिनंबी तुज्यासाठी लग्नाचा नवरा सोडला. भरलं घर सोडलं, अब्रू सोडली.''

''व्हय की, पर इकतं झाल्यावर ही बैमानी? बाइली, बायांची जातच हरामी. शेन्यानं त्येंचा इस्वास धरू ने बग शामू. मी इस्वास धरला आन् तिनं माजा गळा कापला....''

''झालं कसं कसं – ते तरी सांग.''

घशातनं आवाज काढीत गंगाराम गुरव म्हणाला, ''काय सांगावं? मान सांगावा दुसऱ्याला आन् अपमान ठिवावा आपल्याजवळ! आरं, आबाशा हवालदारानं चकचकीत तिची चोळी मला दावली. म्हणाला, हाय वाण वळकीचा का बग –''

शामूने विचारले, ''पर तू शानिशा करून घेतलीस का? चोळी तिचीच कशावरनं?''

गंगारामने डाफरून विचारले, ''काय म्हणालास?''

''हवालदार नवा, हितं बदलून आलाय. त्येची तिरकी टोपी, मॅन्चेस्टर धोतर आणि खळगी कापडं बगूनच मानूस बायांना अळका असावा, असं वाटतं. पण तू शानिशा करायचीस.''

यावर गंगारामचा चेहरा जास्ती तांबडा झाला. आवाज उंच फेकत तो म्हणाला, ''अरं, जांभळ्या रंगाचा खण, मीच गेल्या बाजारी घेतला व्हता; त्यो माजा मला वळखंना? तिची चोळी माज्या वळखीची न्हाई व्हय रं शामू? तूबी इचारतोयस!''

''पर ती चोळी या नव्या मानसापाशी आली कशी? तू गौराबाईला इचारलं का हे?''

गंगाराम चिडीला जाऊन म्हणाला, ''परदुःख शीतळ असतं शामू. तू थंडपणानं कसं हे इचारतोस, ह्येचं मला नवल वाटतंय. मर्दा, कोंच्या तोंडानं मी ही गोष्ट तिला इचारू? आन् इचारून ती खरं सांगील का? ज्या बाईनं असल्या दांड नवऱ्याला टांग हानली, ती मला दाद द्याची, व्हय रं?''

''बरं मंग, आता काय करावं म्हनतोस?''

''त्ये इचारन्यासाठी तर तुज्याकडे आलोय. माजं तर असं म्हननं हाय की, या गोष्टीचा चांगला धडा त्या रांडला द्यावा.''

यावर शामू उठला. त्याने मुकाट्यानेच चूळ भरली. तोंडावरनं पाण्याचा हात फिरवला. अंगात कप कॉलरचा शर्ट घातला आणि हिरवा पटका नीट, सावकाशीनं कोच काढून बांधला. आरशात बघितले आणि तो आपल्या हिरवट दोस्ताला म्हणाला, ''बरं, चल बाजारात; च्या तर पिऊन येऊ हाटेलातनं.''

गंगारामने बाहेर थुंक टाकली आणि तांबडे डोळे शामूकडे रोखून तो म्हणाला,

"च्या गेला मातीत. मला ह्या गोष्टीचा निकाल पयला सांग!"

"सांगतो की; चल तरी भायेर."

घराला कुलूप घालून ही दोघंबी बांड पोरं बाहेर पडली. गटाराच्या घाणेरड्या वासाने भरलेल्या, सांडपाणी आणि धुराळा याने कोरड्या झालेल्या डुकराच्या गुरगुरीने घुमणाऱ्या बोळकांडीतून चालत-चालत बाहेर पडली.

गौराने मोठे धाडस केले होते. रूपाने गोरीपान आणि शंभरात देखणी असलेली गौरा आपले गाव, घर सोडून गुरवाच्या पोराबरोबर तालुक्याला पळून आली होती. बिड्या वळून, मोलमजुरी करून ती आपल्या मित्राबरोबर आनंदाने राहत होती. आपण केले त्याची पर्वा तिला नव्हती. भरल्या अन्नावरून आपण उठलो, जनलोकांच्या चर्चेचा विषय झालो, याचीही तिला पर्वा नव्हती. सदा गहिऱ्या नजरेने बघणारी, अंगाने उफाड्याची आणि जवळ जाताच ज्वारीच्या कणसाला येतो तसा काहीसा सुवास अंगाला येणारी ही तरणी बाई सगळ्यावर पाणी सोडून आगापिछा नसलेल्या गुरवाच्या पोराबरोबर दिमाखात राहत होती. आपल्या या प्रेमापुढे तिने कुणाला जुमानलेच नव्हते.

तिचा नवरा ज्ञानोबा हा भला कुणबी होता. त्याच्यात काही उणीव नव्हती. गौराला तो नीट वागवत नव्हता, असेही काही नाही. गुरवाचा हा पोऱ्या त्यानं कुणबिकीस मदत म्हणून रोजगाराने ठेवला होता. रानातली वस्ती असल्यामुळे गौराचा आणि या धाकट्या पोराचा वरचेवर एकांत झाला आणि त्यांचे जमले. या गोष्टीचा वास येताच ज्ञानोबाने पोराला काही निमित्त करून रोजगारावरून काढला आणि बाईला जरब दाखविली. पिकात शिरायला सोकलेल्या ओढाळ कालवडीप्रमाणे गौराने नवऱ्याचा मार खाल्ला, पण गंगारामची दोस्ती सोडली नाही. रात्री-अपरात्री वाटेल ते धाडस करून ती आपल्या मित्राला धरून राहिली.

ज्ञानोबाने शेवटचा उपाय म्हणून गावात राहणाऱ्या सासूला येऊन सांगितले, "मामी, माजं नशीब खोटं म्हणून असली बायको पदरात पडली. मी अब्रूदार माणूस आहे. अजून हिनं नीट वागावं. मी तिला आता बायको म्हणून वागविणार नाही, पन माज्या कुणबाव्याची धनीन म्हणून ती घरात राहिली तर माजी तक्रार न्हाई. मी ह्या लगीनसराईत दुसरी बायको करनार."

पोरं लहान असतानाच नवरा मरून गेल्यावर मोठ्या हिमतीने दिवस काढून रखमाबाईने गौराला लहानाचे मोठे केले होते. चांगल्या घराण्याचा कुणबी बघून तिला दिले होते. त्यामुळे जावयाचे हे शब्द ऐकून तिने गौरापुढे हाणून-बडवून घेतले. इख खाण्याची धमकी दिली. पण गंगारामवर वेडी झालेली गौरा काही ऐकायला तयार नव्हती. एके दिवशी ती सगळी नातीगोती तटातट तोडून गंगारामकडे

आली आणि त्याचा हात धरून तिने आपले गाव कायमचे सोडले.

गंगारामपाशी ती राहू लागली, याला आता वर्ष उलटून गेले होते. या नव्या गावातही तिच्या आता चार ओळखीपाळखी झाल्या होत्या. गोड स्वभाव, चटकदार बोलणे आणि उजेड पडावा असे रूप यामुळे चार माणसे सारखी तिच्या भोवती-भोवती करीत. चार माणसे जोडलेली ह्या परक्या मुलूखात बरीच; वेळप्रसंगी उपयोगास येतात, या विचाराने गौरा सगळ्यांना या-बसा करीत असे.

गंगारामाला ही गोष्ट साहजिकच आवडत नव्हती. तो घालून-पाडून बोले, तेव्हा गौरा म्हणे, "दोडा, तुजं मन इकतं पापसंकी कसं रं? मी तुज्यासाठी इकतं केलं. कुणी कुराडीनं तोडली तरी मी तुज्यापासनं येगळी हुईन का? पिरतवीमोलाचा लाल कुनी दिला तरी मी तुज्याम्होरं तो उकरड्यातला खडा समजेन."

ती अशी बोलली की गंगारामला आपली शरम वाटायची. तो म्हणायचा, "अगं, अतिमाया पापसंकीच आसती."

शामूकडे जाऊन गंगाराम बोलला. ते दोघे बाहेर पडले आणि हॉटेलात चहा प्यायला गेले. त्या दिवशी शामूचे आणि गंगारामचे बरेच खलबत झाले. त्यानंतर एके दिवशी गंगाराम घाईने घरी आला आणि गौराला बोलला, "शामू उद्या जत्रा करतोय लोटेवाडीच्या म्हसूबाची. आपल्याला जायाचं हाय."

गंगारामाचा आणि शामूचा स्नेह गौराला माहीत होता, तरी शामूबद्दल तिला कधी आपलेपणा वाटला नाही. गावाहून पळून आली तेव्हा मध्यान्ह रात्री शामूने आपल्या घरात त्या दोघांना जागा दिली होती, धीर दिला होता. खोली बघून दोघांचे बिऱ्हाड होईपर्यंत त्याने गंगाराम-गौराला आपल्या घरात ठेवून घेतले होते. हे सगळे खरे असले, तरी गावात शामूचा लौकिक काही चांगला नव्हता. एक आडदांड उफराट्या काळजाचे पोरगे म्हणूनच गावात त्याची प्रसिद्धी होती. मागे कधी तरी शामूने दोन-पाच वर्षे मिलिटरीत काढली होती. तिथून त्याला डिस्चार्ज मिळाला होता. तेव्हापासून हे पोरगे काही उद्योगधंदा न करता केवळ टगेपणा करून गावात राहिले होते. घरचा थोडासा जमीनजुमला आणि गुंडगिरी हे त्याचे चरितार्थाचे साधन होते. मारामारी, बायांची लफडी, चोरी-दरवडा असे काहीही तालुक्याला कुठे झाले की शामूचा त्याच्याशी आडवळणाने किंवा सरळ-नीट संबंध पोलीस जोडीत. त्याला धरून बसवत. आजपर्यंत त्याला कैक वेळेला लहान-लहान मुदतीच्या शिक्षाही झाल्या होत्या. त्यामुळे अशा माणसाशी आपल्या गंगारामाने स्नेह ठेवावा, हे गौराला मनोमनी पसंत नव्हते. पण असे उघड म्हणून नाराजी दाखवायला ती काही गरती बाई नव्हती. गंगारामाने तिचे ऐकून घेतले नसते, म्हणून ती कधी बोलत नसे.

गंगारामने जत्रेला जायचे म्हणून सांगितल्यावर तिने पीठ, तिखट, मीठ

असलेले स्वयंपाकाचे सामानसुमान निमूट बांधले आणि पारगावापासून मधल्या वाटेने तेराएक मैल असलेल्या लोटेवाडीच्या कुरणात जत्रेला जाण्याची तयारी केली.

लोटेवाडीचा म्हसोबा हे एक जागृत देवस्थान होते. ऐन रखख माळावर, भयाण असे म्हसोबाचे देऊळ होते. पुजारी आणि मुलाणी यांशिवाय तिथे कुणाची वस्ती नव्हती, आसपास कुठे पिकाऊ रान नव्हते, वाडीवस्ती नव्हती, गाव नव्हते. देवळाच्या आसपास दोन-तीन पिंपरीची झाडे होती. आजूबाजूला मोठमोठे गोटे होते. हा गोटेमाळच होता. चिव म्हटले तर चिमणी नाही, काव म्हटले तर कावळा नाही – अशी ही जागा होती. देवळाशेजारी ओढा होता. त्यात बकरे धुण्यापुरते आणि पिण्यापुरते पाणी काही महिने असे. गोटेमाळाचा उजाड, खुरट्या झुडपांनी आणि कुसळासारख्या गवतांनी भरलेला भाग सोडून देवळाच्या चौफेर कुरण होते. नेपती, बाभळी, मुरमुटी, तरवड, तीन धारी निवडुंग असली झुडपे आणि आपसूक वाढलेले गवत चोहोंकडे माजलेले होते. पावसाळ्याच्या दिवसांत या कुरणात गुरेढोरे, शेळ्यामेंढ्या दिसत; पण एरवी कुरणात कोणी फिरकत नसे.

एक श्रावण सोडून बाकी अकराही महिने या देवस्थानला बकरी कापली जात. घरादाराला गाडीत घालून लोक या कुरणात जात. बकरे कापत. देवाला निवद दाखवत आणि उरलेले बकरे तिथेच झाडाखाली शिजवून इष्टमित्रांसह खात, संध्याकाळी घरी परत येत.

निघू-निघू म्हणत गंगारामाने लोटेवाडीला जायला ऊन केले. सकाळी लवकर निघायचं ते गावातून बाहेर पडायलाच नऊ वाजले. घराला कुलूप घालून गंगाराम आणि गौरा बाहेर पडली. चार-आठ पावले चालून झाली न झाली तोच गंगाराम म्हणाला, "तू हो वाटेनं म्होरं, मी हा आलूच."

ज्याची जत्रा होती, त्या शामूचा आणि त्याच्या बायकूचा, इष्टमित्रांचा पत्ता नव्हता. गाडी-बकरे दिसत नव्हते.

गौराने विचारले, "भावजीची गाडी पुढे गेली का?"

"व्हय, आसंल जवळच. तुला भेटलंच."

आणि अधिक खुलासा न करता गंगाराम खाली मान घालून वहाणांचे नाल खरडीत बोळाबोळांतून गेलाही.

डोक्यावर बोजा घेऊन गौरा गावातून बाहेर पडली. गावचा ओढा ओलांडून झाल्यावर तिने हातातल्या चपला पायांत घातल्या आणि साखळ्या घातलेले जड पाय जोमाने उचलीत, वरचेवर कपाळावर हात ठेवून समोर गाडी दिसते का, हे बघत ती वाट चालू लागली. बरेच चालून गौरा टेकावर आली तरी समोर लांबवर कुठे गाडी दिसली नाही. चुकामूक झाली असावी. मग गाडीचा नाद सोडून तिने चालण्याचा सपाटा कमी केला आणि गंगाराम दिसतो का, म्हणून ती वरचेवर मागे

वळून बघू लागली. सरळ गाडीवाट सोडून मधल्या वाटेने रानातून जाण्याची जागा आली, तेव्हा लिंबाच्या डहाळ्यांखाली गौरा सावलीला क्षणभर विसावून गंगारामची वाट बघू लागली.

तिला फार वेळ वाट बघावी लागली नाही. टेकाडाआडून भसाकदिशी गंगाराम वर आला आणि सणक्याने चालत गौरापाशी पोहोचला व म्हणाला, "हां, बसू नकोस. गाडी पुढे कुठल्या कुठे गेली असेल; लवकर पाय उचलला पाहिजे."

तशी गौरा 'बया गं' म्हणून उठली आणि पुढे गंगाराम अन् मागे आपण, अशी काळ्या रानातून गेलेल्या पाऊलवाटेने चालू लागली.

त्या दोघांनीही एकमेकांशी काही न बोलता चार मैलांचा झपाटा मारला तेव्हा वाटेकडेच्या चिंचेच्या सावलीला टेकलेला, हिरव्या पटक्याचा शामू त्यांना लांबून दिसला.

गंगाराम म्हणाला, "गाडी फुडे लावून आपल्यासाठी शामू वाट बघत थांबलाया जणू."

गौरा लटक्या रागाने म्हणाली, "मी पहाटंपसनं तयार हुते. तुमचाच घोळ लवकर आवरला न्हाई. भलतंच ऊन झालं. हतनं पोचायचं कवा, बकरं शिजवायचं कवा आन् खायाचं कवा!"

"काय न्हाई, दुपारचं दोन वाजतील. कुटं आपल्याला आता तारीख हाय म्हणून मागारी येन्याची घाई करायची?"

ती दोघे जवळ येताच खाली बसलेला शामू बूड झाडत उठला. म्हणाला, "कवाच्यानं वाट बघतुया मी? भलताच टाइम केला तुमी वैनी."

"अवं ह्यंचंच आवरलं न्हाई. माझ्याकडे काई चुकी न्हाई भावोजी."

"बरं हां, आता सैल पडू नका. गाडी गेली पार म्होरं. चला बघू सणक्यानं." शामू आणि गंगाराम दोघेही धोतराचा खोचा खोवून पौडावर चालू लागले, तेव्हा एवढी दांड गौरा पण तिची दमछाक झाली. एका हाताने डोईवरचे गठुळे सावरीत आणि दुसऱ्या हाताने निऱ्यांचा घोळ आवरीत ती त्या दोघांच्या मागोमाग पळू लागली.

सूर्य चांगला मध्यावर आला, तेव्हा ही तिघे कुरणात शिरली होती. आजूबाजूला माणूस नाही, काणूस नाही. जिकडे बघावं तिकडे गोटेमाळ, खुरटी, हिरवट रंगाची विटकी झुडपे, रानचिमण्यांचा चुईई आवाज.

आता आवार आले. आणखी थोडा कट काढला की देऊळ आलेच, असे मनाशी म्हणत, दगडागोट्यांतून गेलेल्या पाऊलवाटेने चालता-चालता गौरा दोघांच्या मागोमाग आली आणि एकाएकी चालण्याचं थांबवून शामू आणि गंगाराम गर्रकन वळले. या दोघांचे उन्हाने काळवंडलेले, निबर चेहरे बघून गौराच्या छातीत धस्स

झाले. ती गप्प उभी राहिली. गंगारामने एकदम झेप घेतली आणि गौराला कवेत धरले. टांग मारून धाडकन खाली पाडले. त्यासरशी गौरा "मेले गंऽ बयाऽऽ" म्हणून मोठ्याने ओरडली. दोन मणांचा धोंडा छातीवर यावा तसा गंगाराम तिच्या उरावर आला आणि घोगऱ्या आवाजात म्हणाला, "वरडलीस तर गळा दाबून जीवच घीन रांडं. शामू, हिचा हात न् तोंड धर."

उरावर बसलेल्या आपल्या मित्राच्या भयानक चेहऱ्याकडे, तांबड्या लाल डोळ्यांकडे विस्फारित डोळ्यांनी आणि रोखल्या श्वासाने गौरा बघते आहे, तोवर शामू उधळत आला आणि त्याने गौरीच्या दोन्ही हातांवर गुडघे रोवून तिला जखडून टाकले. तिच्या तोंडावर दोन्ही हातांचे ढापण दाबले. गुदमरल्या जितवाने, पांढरे डोळे फिरवून गौरा धडपडू लागली. तिचे ओरडणे नाकातून बाहेर येऊ लागले.

शामू म्हणाला, "हां, आटप चटशिरी."

मग धापा टाकणाऱ्या गंगारामाने खिशातून चाकू काढला आणि दात खात तो म्हणाला, "बैमानी रांड, तुला जलमभराची आठवण देतो."

आणि त्याने गौराच्या सुरेख नाकाचा शेंडा काकडीचा बुडखा उडवावा तसा उडविला. फाड्ऽ फाड्ऽ तिच्या दोन्ही मुस्कटात लगावल्या. छाती, तोंडावर रट्टे घातले. उठून तिला लाथा मारल्या.

गौराने एकदम डोळे मिटले. धडपड थांबून ती गप्प झाली. मग जागचा उठून तिच्याकडे बघत शामू म्हणाला, "बेसुदी झाली. हां, पळ बघू आता." आणि ती दोन्ही पोरं दोन्ही दिशांनी उडाली.

बऱ्याच वेळाने लवणात पडलेली गौरा शुद्धीवर आली. पडल्या-पडल्याच तिने इकडे-तिकडे पाहिले. मग ती उठून बसली. छातीवर, हनुवटीवर गळलेले रक्त पाहून तिने हंबरडा फोडला. रडत-भेकत ती झऱ्यावर गेली. थंड पाण्याने तिने जखम धुतली. आपले प्रतिबिंब झऱ्यातल्या पाण्यात पाहून तिला रडण्याचा उमाळा आला. त्या निर्जन रानात बसून गौरा रडरड रडली. रडून थकली, तेव्हा रडक्या आवाजाने स्वत:शीच म्हणाली, "भरला संसार सोडून मी याराचा हात धरून गेले. माझ्या दादल्याचा, माझ्या आईचा तळतळाट घेतला. मला उंडग्या रांडला मिळायचं ते बक्षीस मिळालं." आणि स्वत:ची कीव येऊन तिला पुन्हा रडण्याचा उमाळा आला.

दिवस कलू लागला तसे तिने स्वत:ला सावरले. रानात फिरून दगडीचा पाला गोळा केला. तो दगडावर ठेचून, जखमेला पट्टी बांधली. दाही दिशा ओस झाल्यासारखी ती चोहीकडे पाहत सुन्न उभी राहिली आणि मग आपल्या गावच्या उलट दिशेने चालू लागली.

गंगाराम तिथून पळाला तो फरारीच झाला. तो कुठे गेला, हे शामूलाही अखेरपर्यंत कळले नाही. शामू गावात आला आणि धास्तावल्या मनाने, पण बेडर चेहऱ्याने रडू लागला. गौरा पोलिसांत वर्दी देईल, आपल्याला धरणे येईल, ही त्याची धास्ती आठ-पंधरा दिवसांत नाहीशी झाली. गौरा परत आली नाही. तीही कुठे गेली का मेली, हे कुणाला कळले नाही.

गंगाराम आणि गौरा यांची चौकशीही कोणी केली नाही. कोण करणार? झाल्या गोष्टीला सात-आठ महिने होऊन गेले. आबाशा हवालदार एकवार शामूला आढळला. बिडी पिण्याच्या निमित्ताने त्याने शामूला बाजूला नेले आणि विचारले, "तुमचा दोस्त गंगाराम कुटं दिसत न्हाई?"

"कुटं गेला काय पत्त्या न्हाई बा त्येचा. मला काईच ठाऊक न्हाई."

"त्याची ती बाई म्हनं सांगलीला खानावळीत भाकरी करायच्या कामाला हाय."

"व्हय? आजच ऐकतोय तुमाकडनं."

"तिचं म्हणं नाक कापलंय कुनी. पार रूपाचं बेरूप केलंय."

"अरारा! खरं म्हनता का?"

"आता उगीच तुमच्या-माझ्यातली गोष्ट हां शामराव. तिचा काटा गंगारामानंच काढला."

"काय कारण? तिला काटा टोचला तर ह्याला रगत येत हुतं हवालदार."

"कारण मी सांगतो. मी नवा-नवा इथं बदलून आलो तवा एकदा दुपारच्या टाइमाला वड्याला अंगुळीला गेलो. धारेत पवणी पडल्यालो असताना वरनं धारंला लागून एक जांभळी धारवाडी खणाची चोळी पाण्यावर फुगा करून वाहत आली, ती माज्या म्होरंच. ती मी धरली. वर बघितलं, कुनी दिसलं न्हाई. गंमत म्हणून चोळी घेतली आन् घरी आनली.

"पुढं, आमी दोगं, म्हंजे मी आन् गंगाराम दारूच्या बैठकीला बसलू रात्री माझ्या खोलीत. आमची वळख नवीच. हिकडच्या-तिकडच्या गोष्टी झाल्या. बायांची गोष्ट निघाली. त्यानं काहीबाही सांगितलं, मी काहीबाही सांगितलं. मग मी लहरीत उठलो आन् ती चोळी काढून त्येला दावली. म्हनलं, ही तुज्या वळखीची हाय का बग –

"त्यासरशी हा बावरला. काय तरी उडवाउडवीचं बोलून, उगीचच हसून म्हनाला, हवालदार, उशीर झाला. बायकू घरी जेवनाची खोळंबली आसंल. जातो. आन् गेला.

"ह्या गोष्टीला इतकं दीस झालं. दरम्यान, मला ह्याची आन् त्या बाईची भानगड गावातनं कळली. पुढं अगदी अलीकडं, मी डोळ्यानं बाईला सांगलीला बघितली.

"मला वाटतंय शामराव, ह्या गोष्टीवरूनच बे-बनाव झाला आन् गंगारामनं त्या बाईचा काटा काढला. खरं का खोटं?"

हवालदाराचं हे बोलणं ऐकून शामराव चकरून गेला. तोंडावर काही न दाखविता बोलला, "खरं-खोटं त्या दोघांनाच ठावं. आपल्याला ह्यातलं काहीच ठाऊक न्हाई. गंगाराम माज्यापाशी काही बोललाच न्हाई. एक दिशी ती दोघंही कुठं गेली ती गेली. चिठी न्हाई, चपाटी न्हाई."

त्या रात्री शामरावला रात्रभर झोप आली नाही. त्याला राहून-राहून वाटू लागलं की, गंग्याने निव्वळ संशयाने बाईचे वाटोळे केले, स्वत:चेही केले आणि हे सगळे झाले, त्याला उगीचच आपलाही हात लागला. हकनाक श्राप मिळाला.

वरचेवर लांब सुस्कारे सोडीत अंधाराकडे टक्क डोळे लावून शामू जागा राहिला. त्याचा मेंदू धनुकलीने कापूस पिंजावा तसा पिंजला गेला आणि मग एकदम त्याच्या मनात विचार आला, 'बाइली, हे हवालदार सांगतोय त्ये तरी खरं कशावरनं? भानगड खरी नसती, तर गौरानं वर्दी का दिली नाही? छ्या, छ्या! हवालदार आता सांगतोय ते सगळं बनवून. नवरा सोडून गंग्याबरूबर आली ती बाई ह्या छाकट्या मुसलमानावर भाळली नसंल, असं कसं म्हणावं?'

अंथरुणावर उलटापालटा होत शामूने बराच वेळ विचार केला आणि शेवटी तो कावून स्वत:शीच म्हणाला, 'खरं-खोटं एक गौराच्या जिवाला ठावं, का ह्या हवालदाराला. झाली गोष्ट होऊन गेली. आपन डोक्श्याला ताप का घ्या?'

आणि मग पहाटे-पहाटे त्याचा डोळा लागला.

■

१०

रसूल

एके दिवशी रेडिओ स्टेशनच्या मागल्या बाजूला असलेल्या रस्त्याने जाताना कुणी तरी मला 'अहो यंकटराव, अहो कुरकळणी' असे हटकले. मी चकित झालो. मुंबईला या नावाने हटकणार कोण, म्हणून थांबलो आणि मागे वळून बघितले; तेव्हा फेटा, कोट, धोतर असला गावाकडचा वेष असलेला कुणी माणूस माझ्या रोखाने आला. दोन्ही हातांनी घवघवीत नमस्कार करून त्याने मला तोंडापासून पायापर्यंत न्याहाळले. त्याच्या जुनवान चेहऱ्यावर प्रसन्नता आली. माझ्या खांद्यावर थाप टाकून तो म्हणाला, "वाहवा! पोरपण जाऊन चांगलं जवान झाला की तुम्ही. लांबनं बघितलं मी आणि अंधूक वाटलं, हे आपले कुरकळणी असावेत. पण म्हटलं, तेच का दुसरं कुणी? दुसरा एखादा साहेब निघाला म्हणजे फुकट 'ब्लडी फूल' म्हणून घ्यायची पाळी यायची!"

त्याची ही साहेबाची शिवी उच्चारण्याची पद्धत बघून मला हसू आले. या पाव्हण्याला मी ओळखले हे नक्की, पण कोण बरे हा? काय नाव याचे? कुठे पाहिले होते याला?

हे सगळे मी स्वत:लाच पुसत असताना त्याला मात्र वाटले असावे की, हसला त्या अर्थी याने आपल्याला ओळखले आणि मग आपल्या जाडजूड पंजात माझा हात धरून तो म्हणाला, "चला घराकडे. काय काम नाही ना?"

"नाही, तसं आहे. रेडिओ स्टेशनवर जायचं आहे, पण अर्ध्याएक तासानं गेलं तरी चालेल!"

"मग काय, चला राव. त्या रेडिओवर किती चौकशी करावी तुमची! पुष्कळ दिवस नाव ऐकत होतो. मग एकदा केला धडा आणि ठोक गेलो माडी चढून. म्हणालो, आमचे गाववाले कुरकळर्णी इथे आहेत, त्यांची गाठ घ्यायाची आहे. ते म्हणत, कोणी कुरकळणी? मग माडगूळकर म्हटल्यावर

वळख पटली. मग 'गुरुवारी येतो' म्हणून कळल्यावर पुष्कळ हेलपाटे घातले, पण गाठ काय पडली नाही. हां! हं काय, बरे खुशाल?''

''हो, ठीक आहे की.''

आणि मग एकदम आठवले की – अरे, हा मुसलमानाचा रसुल्या! कोण फरक पडला याच्यात! ती जवानी, ती ऐट जाऊन आता आयुष्याच्या घरंगळतीला लागला हा. पार खलास झाल्यासारखा दिसू लागला.

माझ्या संगतीने चालणारा, बोजड शरीराचा आणि घामट कपडे घातलेला हा माणूस, त्या काळी कसा मजेत होता. पोरवयातच त्याने गाव सोडले आणि मुंबई गाठली. अंड्यांच्या व्यापारावर त्याचे नशीब वर आले. इकडे नाण्याची थैली घेऊन त्याचा बाप खेडोपाडी फिरे आणि कमी भावात अंडी खरेदून ती मुंबईला धाडी. होता-होता पोराने नीट जम बसविला आणि पाच-सहा वर्षांत पक्के पाय रोवले. वर्षा-दीड वर्षांतून कधी तरी तो गावी येई. येताना आपल्या म्हाताऱ्या आई-बापासाठी चांगलीचुंगली कापडं घेऊन येई. नवेपणाचा खमंग वास असलेली ती कापडं घेऊन म्हातारी घरोघरी दाखवीत सुटे आणि सगळ्या गावाला मुसलमानाचा रसुल्या आला, हे कळे. म्हारेपोरे त्याच्या घरापुढे आशाळभूतपणे बसून राहत. रसूल चौकशी करील आणि एखादा जुनापाना खमीस, वाया गेलेला गंजीफ्रॉक आपल्या अंगावर टाकील, अशी आशा त्यांना असे. गावचा परीट कपड्याची भट्टी लावण्याचा मसाला तालुक्याहून घेऊन येई. गवंडी येरझारा घालीत. वाणी बऱ्यापैकी चहाची पत्ती हा अपूर्वाईचा वाण दुकानात आणी. मास्तर शाळा सारवून घेत. रसुल्या आला की मामलेदार-फौजदाराच्या खालोखाल गावात गडबड होई; कारण तो मुंबईला राहणारा माणूस होता. चांगला पैकेवाला होता आणि विशेष म्हणजे, गुलहौशीही होता. नाही तर पैका असून मांग-गारुड्यासारखे राहणारे गावोगावी आहेत!

रसूल रंगाने काळा, पण तसा दिसायला नीट दिसे. गावात आला तरी तो आपल्या शानीनेच असे. फार करून कुणाशी बोलत नसे. आपले जेवढ्याचे तेवढे. फार करून बाहेरही पडत नसे. घरापुढे असलेल्या लिंबाच्या झाडाखाली किंवा घराच्या सोप्यात तो आपला एकटाच बसून राही. जाता-येता कोणी रामराम घातला, तर थोडका हसे. 'बरे खुशाल?' म्हणून विचारणाऱ्याने विचारले की मान डोलवी. घरी असला तरी त्याच्या अंगावर कपडे मात्र भारीपैकी असत आणि अत्तराचा सुरेख वास त्याच्याभोवती सारखा हिंडत असे. वा! खरोखरीच रसुल्या राजा माणूस होता!

एका वर्षी बऱ्याच काळाने रसुल्या येऊ घातला. आठवड्यातून एकदा येणाऱ्या पोस्टमनने त्याचे एक कार्ड आणून मुसलमानिणीला दिले, वाचूनही दाखविले. म्हातारी आल्या-गेल्याला ही वार्ता सांगू लागली. रसुल्या येणार-येणार, ही गोष्ट चहूकडे झाली आणि एके दिवशी सकाळी दारात बसून तरवडाच्या काडीने दात

घासताना लोकांनी त्याला बघितलाही. नेहमीप्रमाणे भारीपैकी धोतर आणि बळंकीसारखा पांढराफेक गंजीफ्रॉक त्याच्या अंगात होता. गळ्यात सोन्याची साखळी होती. बोटांतून खड्याच्या अंगठ्या होत्या. जाणारा-येणाऱ्यांनी नित्याप्रमाणे चौकशी केली –

"कवा येणं घडलं भाईसाब?"

"आलो रात्री."

"बरं, ठीक चाललंय?"

"हां-हां, ठीक चाललंय!"

"आता ऱ्हायाचं आठपंधरादी, का जायाचं उभ्या-उभ्या?"

"ते कामाच्या कलावर ठरणार."

"खरी गोष्ट. बराय, बसा. जातो, रानात जायाचं हाय!"

हे सगळे मागे घडत आलेल्याप्रमाणेच घडले. म्हारापोरांना जुनेपाने मिळाले, परटाला भट्टी मिळाली. बऱ्याच दिवसांनी चांगल्यापैकी अत्तराचा वास लोकांनी हुंगला. इथपर्यंत सगळं ठीकच झाले. पण रसुल्या येऊन एक-दोन दिवस झाले आणि गावात कुजबूज सुरू झाली की, त्याने येताना बाई आणली आहे. लग्नाची बायको नव्हे, बाई! आणि तीही पळवून! ही गोष्ट कशी आणि कुठून बाहेर आली, कोण जाणे; पण तिने गाव हलवले. कुणी खरे म्हटले, कुणी खोटे मानले. बाई नजरेने बघितली नाही कुणीच. मुसलमानाच्या चुलीपर्यंत जावे कुणा लेकाने? बरे, म्हातारीला पुसावे म्हटले, तर या खेपेला कापडे दाखवीत ती कुठे हिंडली नाही; का मुद्दाम कुणाच्या घरी जाऊन पोराची बढतीही तिने सांगितली नाही. म्हातारा मुसलमानही चावडीपुढे आला नाही. ती बाई तर कधीच कुठे बाहेर पडली नाही. नक्की असे गावात कुणालाच हे कळले नाही.

तेव्हा लोक म्हणाले, "कळेल, आज ना उद्या. असली गोष्टी कधी अंधारात राहती का?"

दिवस जात राहिले. गावातली पहिली खळबळ ओसरली. लोक आपापल्या उद्योगाला लागले. संध्याकाळी चावडीपुढे चार लोक जमले म्हणजे कुणी रसुल्याचा विषय काढला की, एखादा म्हातारा चढ्या आवाजात दाटू लागला, "आरं, तुमाला काय करायचं हाय रं? त्याचा त्यो घरात नागवा नाचंल. बाइला, कामधाम सोडून रिकाम्या चौकशा करायची सवयच हाय आपल्या गावाला."

तरीपण पोरेटोरे पाळतीवर राहिली. एकदा एक रामोशाचे गुराखी पोर सांगत आले की चांदणी उगवायला रसुल्या आणि त्याची बाई माळावरून घराकडे जाताना त्याला दिसली. एकमेकांच्या हातात हात घालून काही न बोलता-सवरता दहिवराने ओल्या झालेल्या गवतावरून ती चालत होती. त्या बाईने रसुल्याची उंच फरची टोपी डोक्यावर घातली होती आणि त्याचा लोकरी कोट अंगाभोवती लपेटला होता. पण

ती बाई रूपाने कशी काय आहे, हे त्याला सांगता येईना; कारण त्याने पाहिले ते फार लांबून आणि चांगला उजेड नसताना. लोकांनी 'चावट पोर' म्हणून त्याचे सांगणे कानांआड टाकले.

पण त्यानंतर रोज कोणी काय, कोणी काय सांगू लागले. कुणाला ती दोघे उंच टेकडीवर गळ्यात गळा घालून बसलेली चांदण्या रात्री दिसली. कुणाला भर दुपारी ओढ्याकाठी पाण्यात डुंबताना आढळली. रसुल्याने तिला खांद्यावर घेऊन हसत पळताना कुणी पाहिले, तर कुणी आणखी काही न्याहाळले. सांगणारा ही गोष्ट शपथेवर सांगू लागला; तेव्हा लोक त्याला बारीक-सारीक तपशील विचारून त्यात चूक आढळली की, लटके ठरवू लागले.

अशा या कालव्यात, मुसलमानाशेजारीच राहणाऱ्या आक्कू पाटलिणीने तर एकदा तिला चक्क नाहताना पाहिले. मुसलमानाच्या घरी परसदारी रसुल्याची बाई नाहत होती आणि त्याच वेळी पाटलीण मिरच्या वाळत घालण्यासाठी आपल्या माळवदावर चढली होती. तिची सहज नजर गेली आणि दुपारच्या उन्हात सावकाशपणे अंग चोळीत बसलेली रसुल्याची बाई तिने आपल्या डोळ्यांनी बघितली. ही गोष्ट चार बायकांत आपल्या नवऱ्याची शपथ घेऊन तिने सांगितली.

ती म्हणाली, "सांगोवांगीची गोष्ट न्हाई बायांनू. असली देखणी बाई माज्या तरी बघण्यात आजवर आली न्हाई. अगं दोडानूं, हळदीच्या गाभ्यावाणी तिचा रंग. नाकी-डोळी जणू पद्मीन. आन् तिचं केस जरा कमी न्हाई, तर टाचंला शिवतील, हां! काय म्हणून ती ह्या रसुल्यावर भाळली आसंल गं बया. माजं तरी डोळं दिपलं तिला बगून!"

आक्कूने बायाबायांत सांगितलेली ही गोष्ट गावात लगोलग फुटली. लोकांनी रसुल्याचे मनोमनी कौतुक केले. बाईबाजी म्हणतात ती याला! मग तिच्या देखणेपणाविषयी जो-तो हमी देऊ लागला. परटाने या गोष्टीला दुजोरा दिला. त्याच्याकडे धुण्यासाठी आलेल्या त्या बाईच्या साड्या इतक्या तलम होत्या की, त्या न आपटता हलक्या हाताने केवळ चोळून त्याला स्वच्छ कराव्या लागल्या आणि त्या करताना आपण मोगऱ्याच्या फुलाच्या ढिगापाशी बसलो आहोत, असे त्याला वाटले!

हे सगळे ठीक होते. रसुल्याचा प्रत्येक जवानाने हेवा करण्याजोगे होते. पण त्या मुसलमानाने आणलेली ही बाई कुणा घरंदाज मराठा घराण्यातली, कुणा कमनशिबी नवऱ्याची लग्नाची बायको होती म्हणे! या गोष्टीच्या खरेपणाची शंका कुणी घेतली नाही. कुणी बारीकसारीक तपशिलात जाण्याच्या भानगडीत पडले नाही. सगळीकडे रसुल्याची छी:थू होऊ लागली. जो-तो म्हणू लागला, "बाइली, पैक्याच्या उबेनं मुसलमान माजलं; त्याला हानलं पायजे!!"

खरोखरीच ही गोष्ट लोकांना फार झोंबली. तरणीताठी पोरे शरमून गेली. सारा

गाव मराठ्याचा असताना एका एकांड्या मुसलमानाने मराठ्याची बाई पळवून आणावी आणि राजरोस घरात ठेवावी, म्हणजे काय? सर्वांदेखत तिच्याशी तमाशात शोभतील असे खेळ करावे म्हणजे काय? आपण सगळ्यांनी काय लुगडेचोळी नेसलीय? त्याला जाब विचारणारा एकही बहाद्दर गावात निघू नये? काही शरम, काही चाड? अरे, उद्या हा आपल्या आया-बहिणींकडे वाकड्या डोळ्यांनी बघील. आपल्या बायकांना बघून खाकरा थुंकील. ते का सोसायचे? त्याच्या हिमतीचे, त्याच्या रगीचे कौतुक करायचे? हॅ:! यापेक्षा लुगडे नेसून डोक्यावर 'जग' घेतलेला बरा – विहिरीत उडी घेऊन जीव दिलेला बरा!

पोरं रसुल्यावर एकाएकी बिघडली. त्यांची आपसात खलबते सुरू झाली. रसुल्याचे काय करावे? मुका मार द्यावा की कुऱ्हाडीने तोडावे? भर गावातच त्याला धडा द्यावा की कुठे रानामाळात नेऊन त्याचा काटा काढावा?

गावच्या बायकाही चेकाळल्या. आपल्यातल्या एका बाईचे असे व्हावे, या गोष्टीने त्याही खवळल्या. एकमेकींशी त्यांनी त्या उनाडीला वाईट-बखट बोलून घेतले. मुद्दाम गाठ घेऊन म्हाताऱ्या मुसलमानिणीला शिव्या दिल्या. "अगं, अशा पोराला जन्म देण्यापेक्षा तू वांझोटी का राहिली नाहीस? अगं, असलं पोर जन्मत:च तू त्याच्या नरड्याला नख का लावलं नाहीस? आजपर्यंत तू आमच्या गावात भलेपणानं वागलीस आणि शेवटी जातीवर गेलीस. पोरानं केलं ते गोड मानून गप बसलीस. थेरडे, थू गं, तुझ्या थोबाडावर, थूऽ थूऽ थू!" असे त्यांनी तिला बोलून घेतले.

हे बोलणे म्हातारीच्या काळजाच्या घडाला बोचले. डोळ्यांत पाणी आणून खालच्या मानेने ती म्हणाली, "बायांनो, माज्या तोंडावर थुका. माझ्या लेकाने करू नये ते केले आहे. म्हातारपणी आमच्या तोंडाचे थुंकायचे गाडगे व्हावे, असे त्याला वाटते आहे. तोंडावर थुका, खेटराने मारा, शेणावरून ओढा – आमच्या कपाळी तेच आहे!"

आणि सदोदित काळे जाकीट घालून फिरणारा रसुल्याचा दाढीवाला म्हातारा तर घराचा ओटा ओलांडून बाहेर पडेनासा झाला. क्वचित कुणाची गाठ पडली, तर तो आपल्याच बसक्या थोबाडात मारून घेई आणि म्हणे, "तोबा, तोबा! म्हातारपणी पोराने पांग फेडले. आमची आजपर्यंतची इज्जत गटारात घातली. आमची हिंमत नाही पाटील. पोटच्या गोळ्याच्या गळ्यावर सुरी कशी फिरवावी? तुम्ही त्याला जिवे मारा. चार दिवस रडेन आणि गप बसेन."

हे असे होऊ लागले. हळूहळू आग धुमसू लागली आणि रसुल्यावर त्याचा बिलकूल परिणाम झाला नाही. तो आपला अत्तराचा वास सोडीत गल्लीबोळांतून फिरत राहिला. त्याची पांढरीधोट कापडे, त्याचे रंगीत पटके झळकतच राहिले. काय म्हणावे या बोकडाला? जवानी माणसाचे माथे खलास करते, हेच खरे.

चोरून-मारून राहण्याचा कंटाळा आला, आपला तोरा चार जणांसमक्ष मिरविण्याची इच्छा झाली आणि रसुल्याची ही बाई एके दिवशी उगीच नावापुरते धुणे घेऊन ओढ्याच्या खळाळत्या धारेशी आली. पदर कमरेला खोचून, नितळ पोटऱ्या उघड्या टाकून गार पाण्यात खेळू लागली. ती गेली, हे बघून मुद्दामच आक्कू पाटलीण मागोमाग आली आणि बेधडक तिच्यापुढे जाऊन एक हात नाचवीत म्हणाली, ''अगं, ये व्हैमाले, शेन खायचं होतंस तर एखादा जातीतला तरी बघायचा होतास. मुसलमानाच्या घरी का उलथलीस? पटकी आली तुला!''

बाईचा ऊर वर-खाली झाला. धुण्याचा पिळा घेऊन ती धावत-पळत घरी आली आणि रडरडून झाली हकिगत तिने रसुल्याला सांगितली. म्हणाली, ''मला ह्या खेडेगावात कशाला आणून घातली तुमी? चला, आजच्या आज मुंबईला. नाही तर ही अडाणी माणसं जीव घेतील माझा... खून करतील माझा!''

रसुल्या डाफरून बोलला, ''तू गप बस. कोण येणार आहे जीव घ्यायला, ते बघतो. अंगात ताकद असल्याशिवाय आणली का तुला? त्या पाटलिणीची बच्याळी टाकतो काढून. मोठी गरती पडली बोलायला. झिंज्याला कांदे बांदीन तिच्या!''

या शब्दासरशी रडे आवरून तिने विचारले, ''अगं बाई, तंटा करता काय तिच्याशी?''

''हो, मग डरतो काय?''

''नका-नका, बाईमाणसाच्या अंगाला हात लावाल तर – सगळं गाव पिसाळलंय. आपलं एकटं घर इथं.''

''असं ना. अगं, हे गाव कसलं; कुणाच्या अंगात हिंमत आहे का लढायची? मागल्या साली दोन चोर आले, तर दार लावून सगळं गाव दडून बसलं चुलीशेजारी!''

''ते काय का आसंना, तुमी आपली मुंबईची गाडी बगा. मला ह्या खाईतनं काढा!''

अशी भाषा चालली आहे तोच गावातली आठ-दहा भारी पोरं हातात लाठ्या घेऊन घरापुढे जमा झाली. मुसलमानाची म्हातारी म्हाताऱ्याच्या पाया पडून म्हणू लागली, ''तुमी पुढं व्हा, न्हाई तर माझं पोर मरतंय आता. अगं बया, आता काय करू? लोकं खवळलीत. ती माझं पोर जितं मारतील आता. अहो, व्हा की पुढं –''

पण म्हातारा पुढे झाला नाही. तो मागील दाराने बाहेर पडून बोलला, ''पुढं व्हावं असं काही राखलं नाही तुझ्या पोरानं!''

दरम्यान, जमाव बघून आणखीही लोक आले. जसे ते आले तसा पोरांना जोर चढला.

''रसुल्या, तू माजलास!''

''रसुल्या, तुला तुडविला पाहिजे.''

"त्या बाईला वडा बाहेर. गावाला बघू दे तिचं तोंड."

या गर्जनांनी रसुल्या हसला. म्हणाला, "काय करायचं आसंल ते मला करा; तिचं नाव काढायचं काम नाही. होय, मी मराठ्याची बाई काढून आणली. ती माझ्यावर खूश झाली, म्हणून आणली. मनगटात नेट होतं, म्हणून आणली. काय म्हणणं आहे तुमचं?"

रसुल्या मग्रूरीने असं बोलला, तेव्हा काठी उगारून एक पोर पुढं झालं. शिवी हासडून त्याने रसुल्याला धक्का दिला. बाकीची पोरं पुढं झाली. सगळ्यांनी रसुल्यावर गजर केला. असे वाटले की, मुसलमानाचे हे दांडगे पोर या तडाख्यातून जिवंत सुटत नाही. त्याचे हाडसुद्धा आता वाटणीला येत नाही. तोपर्यंत आत राहून थरथर कापणारी म्हातारी पुढे आली आणि आपल्या एकुलत्या एका लेकराच्या अंगावर पडून ओरडली, "बाबानूं, पयलं मला मारा... माझा जीव घ्या... हाणा! हाणा!"

मग गावचा कारभारी म्हातारा येदू सलगरे पुढे आला. त्याने म्हातारीला ओढून घरात ढकलली. आपल्या अधू डोळ्यांनी काठीचे घाव घेऊन उभ्या राहिलेल्या रसुल्याला न्याहाळले आणि एका अंगाला थुंक टाकून तो म्हणाला, "ए गाढवीच्या, तू आजच्या आज आमचं गाव खाली कर. तुझी आवा घेऊन चालायला लाग पयला. असली औलाद आमच्या पांढरीत नको."

त्याच्या दुसऱ्या दिवशीच रसुल्याने गाव सोडले. ती बाई, म्हातारा, म्हातारी आणि प्रपंच घेऊन तो बाहेर पडला. म्हातारा-म्हातारीच्या डोळ्यांतले पाणी बघून म्हणाला, "मी थुंकतो असल्या गावावर. आहे काय इथं? चला मुंबईला, राजावाणी ठेवतो तुमाला."

लवकरच मुसलमानाचे घर विकले गेले, जमीन विकली गेली. त्या बिऱ्हाडाची निशाणीही गावात उरली नाही. रसुल्याने आपली जन्मभूमी कायमची सोडली. पुन्हा म्हणून तो गावी आला नाही!

कुठल्या-कुठल्या गल्लीबोळातून रसुल्या मला एका चाळीत घेऊन आला. घाणेरडे जिने चढल्यावर एक खोली आली. पायातले बूट काढून आत होत तो म्हणाला, "या कुरकळणी आत!"

बिचकत-बिचकत मी आत गेलो आणि मळकट चादर टाकलेल्या खाटल्यावर बसलो. खोलीत उजेड बेताचा होता. जागोजागी संसारी सामानाची खिचडी झाली होती. कपडे लोंबत होते, त्यांचा अस्वस्थ करणारा मळका वास येत होता. चट्टेरीपट्टेरी विजारी आणि चमत्कारिक खमिसे घातलेली चार-पाच पोरं कुठे कुठे उभी, बसली होती. पडद्याआड चुलीकडे तोंड करून त्यांची आई उभी होती. टिचभर खोलीत पडद्याचा आडोसा निरुपयोगी होता. मी गुदमरलो. हातरुमाल काढून वारा घेऊ लागलो.

रसुल्या पोराला म्हणाला, "ए उधरका पंखा ले, हवा दे शेठको."

मी संकोचून "छे, छे, काही जरुरी नाही –" म्हणू लागलो तरी ते पोर पंख्याने वारा घालीत उभे राहिले.

रसुल्या म्हणाला, "हा आमचा येलइस्तार. हा अकबर, तो अब्दुल, तो इलाईस आणि ती शहाजादी."

यावर मी कसाबसा हसलो आणि म्हणालो, "होय का? अरे वा, हा, हा!"

पडद्याआड थोडी हालचाल झाली. माझ्याकडून मुखवटा तिकडे फिरवून रसुल्या म्हणाला, "अगे शरमाती क्यूं? हे आपले गाववाले कुरकळणी. चा बनाव दो कप फसकलास!"

जिच्यामुळे एवढे वादळ झाले, ती रसुल्याची बाई मी पाहिली. पार विटून गेलेली, पांढरीफटक पडलेली, जुनेरे पोतेरे झालेली. तिच्या कपाळावर गोंदलेला हिरवा डाग मला दिसला. तिने घातलेला चिटाचा चोळणा मला दिसला. तिच्या घारीच्या नख्यांसारख्या बोटांतून असलेल्या रुप्याच्या अंगठ्या मी बघितल्या.

रसुल्या म्हणाला, "गावाकडची काय खबर हो? इथं फार करून कुणी भेटत नाही तिकडचं. इथे आहेत काही गाववाले, पण आपणहून कोण येतंय मुंबईत दुसऱ्या घरी! काय?"

मी माहिती होते ते सांगितले. रसुल्याने बारीक-सारीक गोष्टी विचारल्या. तो अमका कुठे आहे, तो तमका कुठे आहे, त्या फलाण्याचे लग्न झाले का, त्या ढमक्याला मूलबाळ काय आहे – हे सारे विचारताना त्याची अधीरता पोराटोरासारखी होती. त्याचे डोळे चमकत होते. आवाजात वेगळेपणा आला होता. मी आपल्या परीने त्याला उत्तरे दिली. पण माझी खात्री आहे, मी फार परकेपणाने बोलत होतो.

चहा आणि खालच्या हॉटेलातून पोराने आणलेली केक, खारी-बिस्किटे खाऊन झाल्यावर मी चुळबुळ केली. दिलगिरीने म्हटले, "बरं, आता निघू का?"

"हां – हां, चला की. मलाही तिकडेच जायचं आहे." असे म्हणून रसुल्याही उठला. आम्ही खाली आलो. काही वेळाने दोघेही काही न बोलता रस्त्याने चालत राहिलो. मग रसुल्या म्हणाला, "मी ऐकलंय की, तुम्हीही माझ्यासारखंच काही केलंय."

माझ्या जातिबाह्य विवाहाबद्दल तो बोलतो आहे, हे पटकन लक्षात आले. खुलासा काही केला नाही. माझ्या तोंडाकडे पुन्हा एकवार बघून आणि मोकळा हात खिशात कोंबून तो पुन्हा बोलला, "खरं सांगायचं म्हणजे, त्यात काही चव नाही, कुरकळणी. तरुणपणात माणसाला काय कळत नाही. जवानी ही मोठी खराब गोष्ट आहे. त्या वेळी माणूस बोकडाचासुद्धा मुका घेईल! पण आपलं घरदार, नातंगोतं, सगळं सोडून अशा गोष्टींच्या मागे लागणं, हे काही खरं नाही. काय?"

मी आपला हसलो!

■

११

तो अटळ बाळ्या!

काही माणसे जीवनापासून अगदी साध्यासुध्या सुखाची अपेक्षा करतात. त्यांचे मागणे अगदी थोडे असते; पण जीवन हे असे आडमुठे आणि हटवादी आहे की, हे लहान मागणेसुद्धा ते माणसाच्या पदरात टाकीत नाही. असा रिकामा पदर घेऊन जीवनाच्या मागे भटकणारे बरेच जण मला भेटले आहेत. अशा भटक्यांत बाळ्या हा सर्वांत थोर पुरुष म्हटला पाहिजे.

त्याचा-माझा परिचय गेल्या सहा-सात वर्षांतलाच आहे; पण मी त्याला फार वर्षांपासून ओळखतो आहे, अशी माझी भावना झाली आहे. बाळ्याला पाहिल्यावर हा गोरागोमटा पोरगा एखाद्या गर्भश्रीमंताच्या पोटी जन्माला आला असेल, असे वाटते. रोज शिरापुरी खाणाऱ्यासारखा त्याचा देह गोल गरगरीत आहे, गाल फुगलेले आहेत, पोटही थोडेसे सुटलेले आहे. अंगावर जरा बरे कपडे घालून बाळ्या बाहेर गेला, तर हा माणूस गेली अनेक वर्षे चार दिडक्या नियमित मिळाव्यात म्हणून कसली विलक्षण धडपड करतो आहे, याची अंधूक कल्पनाही कुणाला येणार नाही. सुरुवातीला मलाही आली नाही. ती बाळ्याने आपण होऊन कधी दिलीही नाही – आजपर्यंत दिली नाही. त्याचे-माझे जे कॉमन मित्र आहेत, त्यांच्याकडून मला समजले की, वरून सुखी वाटणारा बाळ्या फार दुर्दैवी माणूस आहे. मागे काहीही न ठेवता त्याचे वडील वारले आहेत. घरी नेहमी आजारी असणारी आई आहे. पाठचा भाऊ लुळा-पांगळा आहे. त्याच्यापेक्षा लहान असलेली बहीण लग्नाला आली आहे आणि तिच्या पाठीवरचे दोन भाऊ शाळा शिकत आहेत. या सर्वांच्या पोषणाची जबाबदारी बाळ्यावर आहे आणि त्याला कुठे नोकरी लागत नाही. लागली तरी त्याच्या अधू डोळ्यांमुळे ती लवकरच जाते. दर तीन-चार महिन्यांनी बाळ्या बेकार होतो आणि झाला म्हणजे सहा-सात महिने

त्याला बेकारच राहावे लागते.

हे सर्व मला कळले आणि मग असे वाटू लागले की, जीवनाविषयीची श्रद्धा त्याने अजून कशी सांभाळली आहे? इंग्रजी-मराठीतील उत्तम पुस्तके वाचून त्यांचा आनंद हा कसा घेऊ शकतो? 'बाळ्या, शिकारीला चल' म्हटले की, माझी त्याला ढगळ येणारी खाकी पँट उसनी घेऊन हा तयार होतो. सिंहगडाला सहलीला जायचे म्हटले की, सर्वांत पुढे बाळ्या आहेच. त्याचे वाचन चौफेर आहे. इंग्रजीचे ज्ञान उत्तम आहे. कुठलाही विषय काढा, त्यावर बोलण्यासारखे याच्यापाशी आहेच. हे कसे?

मुंबईला असताना मी एकदा बेकारीमुळे अगदी खचून गेलो. कुठेही प्रकाश दिसत नाही, अशा अवस्थेत रस्त्याने उगीच भटकू लागलो. नेहमी ज्याची भीती वाटते, असा दुपारी बाराचा समय होता. बापू रस्त्याने पाय ओढीत चालला होता. मी कुठे तरी जात होतो. माझे मन जड झाले होते. फार एकाकी वाटत होते. माझा असा अनुभव आहे की, मुंबईत बेकारी फार जाणवते. आपण किती क्षुद्र आहोत, ही जाणीव तिथे फार तीव्रतेने होते. ती जाणीव घेऊन मी फुटपाथवरून रेंगाळत चाललो होतो आणि अशा वेळी बाळ्या भेटला. त्याचा चेहरा नेहमीप्रमाणे फुललेला होता. माझा हात हातात घेऊन तो म्हणाला, "मित्रा, युगायुगांत भेटलो नाही. कुठं होतास तू?''

मी म्हणालो, "इथंच आहे की!'' बाळ्या भेटला, त्यामुळे माझ्या मन:स्थितीत काही फरक पडला नव्हता. अगदी थंडपणे मी त्याला उत्तर दिले.

तो उत्साहाने म्हणाला, "चल, कुठे तरी बसून बोलू. चहा घेऊ.''

बाळ्याने चहा घेऊ म्हटले की, त्याचा अर्थ चहाचे पैसे तुमच्या खिशातले, हे ठरलेलेच होते. मी खिसा चाचपून पाहिले. थोडी मोड शिल्लक होती. स्टेशनजवळच्या इराण्याकडे जाऊन आम्ही बसलो. चहा मागविला. बाळ्याच्या घरगुती बाबींची, त्याच्या आर्थिक स्थितीची चौकशी करणे अर्थातच अप्रस्तुत होते. चेहऱ्यावरून कळत नसले तरी अशा वेळी तो रिकामा हिंडत होता, याचाच अर्थ तोही बेकार होता. नेहमीप्रमाणे दिडकीला महाग होता. मी आपल्याच व्यथेमध्ये गुरफटून गप्प बसून राहिलो. स्त्रियांना पुरुषांची दृष्टी समजण्याचे ज्ञान जसे उपजत असते, तसे माणसाचे डोळे बघून तो बेकार आहे, हे जाणण्याचे बाळ्याचे ज्ञानही उपजत असावे. त्याने माझी काहीही चौकशी केली नाही; उलट उत्साहाने तो सांगू लागला, "मित्रा, 'Gone With The Wind' वाचतोय तूर्त. अप्रतिम आहे. वाचलंस?''

मी मानेनेच नकार दिला.

"अवश्य वाच. माझं झाल्यावर देईन तुला. The way you swing your hips madam, can disturb any man under forty'' हे वाक्य सांगून द्राक्षे

खाऊन झाल्यावर माराव्यात तशा मिटक्या बाळ्याने मारल्या. मी अशा अवस्थेत होतो की, कुठल्याही तिलोत्तमेच्या नितंबाचा त्रास मला होणार नव्हता. कसेसे हसून मी पुन्हा गप्प बसलो.

बाळ्याने रसिकपणे चहा पिऊन संपवला आणि म्हटले, "दिडक्या असल्या तर दोन सिगारेटी सांग."

सिगारेट आवडीने ओढणारे अनेक मित्र मी पाहिले आहेत. पण तंबाखूची खरी चव बाळ्याशिवाय कुणाला कळली असेल, असे वाटत नाही. ओलसर अशा रसरशीत ओठांनी तो सिगारेटला स्पर्श करतो तो एखाद्या तरुण मुलीच्या गालाला करावा तसा! धूर पोटात घेऊन झाल्यावर त्या चवीने त्याच्या तोंडाला पाणी सुटते. चाखत-माखत, सावकाशपणे तो सिगारेट ओढतो. समोरच्या माणसाला चुटपूट लागते की, आपण एखाद्या धुराड्याने सोडावा असाच धूर सोडतो आहे. तंबाखूची खरी चव आपल्याला मुळीच समजलेली नाही.

बाळ्याने सिगारेट सावकाशपणे संपविली. जाड-जाड भिंगांच्या चष्म्यातून माझ्याकडे बघत तो म्हणाला, "मित्रा, 'Currency lies in the street. You must be able to pick it up!' या मुंबईत पैसा रस्तोरस्ती पडला आहे. उचलून घेण्याची हुशारी फक्त पाहिजे!"

याच काळामध्ये मुंबईच्या उकाड्याचा परिणाम होऊन मी आजारी पडलो. अंगावर ठिकठिकाणी गळवे झाली. ती पाहून बाळ्या म्हणाला, "माझ्यापाशी सुई आहे. ट्यूब खरेदी करण्याइतके पैसे देशील, तर पेनिसिलिनचा एक कोर्स देईन. दोन दिवसांत मुक्त करेन तुला."

इतर अनेक नादांप्रमाणे हाही नाद बाळ्याला होता. त्याच्या माकड वैद्यकीचे प्रयोग तो नेहमी मित्रमंडळींवर करी. त्या ज्ञानाच्या जोरावर स्वयंपाकघरापर्यंत प्रवेश करून घेई.

"वहिनी, बेबी अंगाने फार वाळलेली दिसते. तिला ॲबडेक ड्रॉप्स आणि दायकॉल्फ्स द्या." असे सांगून तो कुठल्याही मित्राच्या बायकोच्या काळजाला हात घाली आणि पाहुण्याएकी, नवऱ्याच्या मित्राएकी विलक्षण तिटकारा असलेली ती माऊली बाळ्याला आग्रहाने ठेवून घेऊन खाऊ-पिऊ घाली. मी म्हणालो, "बाळ्या, तुझी माकड वैद्यकी तुझ्यापाशी राहू दे. वडील डॉक्टर होते, या जोरावर तू माझ्यापाशी वैदूगिरी करू नकोस."

"साल्या! पेनिसिलिन घेतल्यानं तू मरणार आहेस थोडाच? मुकाट्यानं पैसे दे. तुझा कोट कुठं आहे?"

माझ्या विरोधाला न जुमानता बाळ्याने पेनिसिलिन आणले आणि रात्रभर सुया

टोचत तो माझ्यापाशी बसून राहिला.

रात्रभर मी तळमळत होतो आणि हा महापुरुष माझ्या कॉटजवळ गार फरशीवर बसून होता. आखूड चड्डीशिवाय त्याच्या अंगात काहीही नव्हते. गणपतीसारखा मांडी घालून तो बसला होता आणि टेबल-लँपच्या मंद प्रकाशात वाचीत होता आणि सगळीकडे शांत होते. मी कूस बदलली म्हणजे कॉट करकरे, तेवढाच आवाज. मध्येच एकाएकी नाकावर घसरलेला चष्मा तसाच ठेवून माझ्याकडे बघत तो गंभीरपणे म्हणाला, ''मित्रा, Time is a great healer!''

तशाही स्थितीत मला विलक्षण हसू आले.

इतर अनेक नादांप्रमाणे चांगलेचुंगले खाणे, हाही बाळ्याचा नाद आहे. माझा एक मित्र म्हणतो, ''बाळ्याचे जिव्हालौल्य विलक्षण आहे. कोंबडीची तंगडी पुढे धरली तर बाळ्या कुठेही येईल!'' यातला अतिशयोक्तीचा भाग वगळला तरी बाळ्या खवय्यांपैकी एक आहे, हे निर्विवाद आहे. एखाद्या सुगरणीने लाजून मान खाली घालावी, इतके पाकशास्त्रातले ज्ञानही त्याच्यापाशी आहे.

मी पुण्याला असताना बाळ्याला नोकरी लागली आणि तीही पुण्याला. दर रविवारी तो माझ्याकडे येई आणि म्हणे, ''चल, चार नंबरची दोन काडतुसे घेऊन नदीकाठी थोडं फिरू.''

मुळेच्या काठाने असे किती तरी वेळा आम्ही दोघे हिंडलो आहोत. नाना पाखरे बघितली आहेत. अशा वेळी बाळ्या आपल्या वडिलांनी केलेल्या शिकारीच्या गोष्टी सांगे. नदीच्या थंड काठाने तासन्‌तास आम्ही भटकत असू. तिथे काय मिळणार? पण चार पारवे दिसले की, बाळ्याच्या तोंडाला पाणी सुटे. एखादा 'स्नाइप' दिसला की, त्याच्या जिवाची उलघाल होई. मला वरचेवर डिवचून तो म्हणे, ''व्यंकटेश, वेड्या, मार. 'स्नाइप' हा फर्स्टरेट टेबलबर्ड आहे.''

''बाळ्या, एका स्नाइपसाठी एक काडतूस कसं खर्चू?''

''ही हिशोबी वृत्ती उपयोगी नाही. स्पोर्ट म्हणजे स्पोर्ट!'' त्याच्या आग्रहाला बळी पडून मी एकदा 'भटेर'ची एक जोडी मारली. धावत जाऊन बाळ्याने ती पाखरं आणली. घराकडे परतताना दुसरे काही मिळाले नाही. गावापाशी येता-येता अंधेर झाला. मी म्हणालो, ''बाळ, ही दोनच पाखरे कशाला न्यायची घरी? ही कंजारभाटाची वस्ती आहे; त्या पोराला हाक मारू आणि देऊन टाकू.''

ही गोष्ट बाळ्याने साफ नाकारली. तो म्हणाला, ''छे, छे, वेड्या, दोन झाले म्हणून काय झाले? आपण खाऊ!''

''अरे, पण घरी बायको नाही. ते करणार कोण?''

''मी करेन. थोडं मीठ टाकून ही पाखरं उकडली की कशी लागतात बघ!''

घरी येताच मी दमून-भागून आलेलो म्हणून आरामखुर्चीत पडून राहिलो.

बाळ्याने 'सकाळ'ची रद्दी खाली अंथरली. त्या पाखरांची पिसे लक्षपूर्वक काढली. पातेले कुठे आहे, मीठ कुठे आहे, हे सगळे मला विचारून घेतले. स्टोव्ह पेटवला आणि पाखरे उकडत घालून ती शिजण्याची वाट बघत तो बसून राहिला. 'विरहतरंगा'तल्या ओळी मोठमोठ्याने म्हणत बसून राहिला. तासाभराने मला त्याने हलवून जागे केले आणि कढत सूपने भरलेला कप माझ्यापुढे ठेवून म्हटले, ''घे, कसं फर्मास आहे ते बघ!''

आणि मलाही वाटले की, बाळ्याने पाखरे घरी आणली, हे बरेच केले. खाण्याच्या बाबतीतली त्याची ही रसिकता हा आम्हा मित्रांच्या विनोदाचा विषय होऊन राहिला आहे. बाळ्याही त्याला साथ देतो. हजारात एक अशी सुंदर एखादी मुलगी त्याने कधी पाहिली, तर तो म्हणतो, ''अहाहा! अशी सुरेख बायको मला मिळावी आणि तिनं बटाटावड्यांचं ताट भरून माझ्यापुढे आणावं!''

कधी कधी त्याचे हे जिव्हालौल्य त्याच्या अंगावरही येते. बाळ्याचे भले व्हावे, म्हणून खटपट करणारे एक गुरुजी मुंबईला आहेत. त्यांच्याकडे जाऊन हा एकदा म्हणाला, ''अण्णा, दीड रुपया द्या.''

हा माणूस दिडकीलाही महाग असतो, हे अण्णांना माहीत आहे. पण त्यांनी सहज विचारले, ''का रे, एवढी काय नड आहे?''

बाळ्या म्हणाला, ''बाजारात सुरेख सरंगे आले आहेत. एक जोडी नेईन आणि तळून खाईन.''

या उत्तराने कधीही न चिडणारे अण्णा फार उखडले. बाळ्याला त्यांनी एक लांबलचक व्याख्यान सुनविले. ते म्हणाले, ''निर्लज्ज माणसा, आमच्या सहानुभूतीचा तू गैरफायदा घेतो आहेस. तुला एक दिडकीही यापुढे मी देणार नाही. बायबलमध्ये एक गोष्ट आहे : 'A good man fallen amongst thieves' असं नाव आहे त्या गोष्टीचं. But you are a thief amongst good men!''

आणि अण्णांनी बाळ्याला खोलीबाहेर हाकलून लावले. बाळ्याच्या या वाह्यातपणाचा अनुभव आमच्यापैकी प्रत्येकाला आलेला आहे. माझ्याकडून एकदा बससाठी आठ आणे मागून घेऊन त्याचे गोल्डफ्लेकचे पाकीट आणून त्याने ओढले होते. रागावून मी याचा खुलासा विचारला, तेव्हा ती गोष्ट त्याने मोकळ्या मनाने कबूल केली आणि मग गालावर मारून घेऊन तो म्हणाला, ''दुर्बुद्धी ते मना, कदा नुपजो नारायणा!''

सारा राग वितळून मला हसू आले! आणि वेळोवेळी चार दिडक्या मागणारा हाच बाळ्या मी एकदा भिकाऱ्याला पैसा देऊ लागलो, तेव्हा म्हणाला, ''वेड्या, Philonthrophy will bar the revolution!''

बाळ्या आता वयाने तिशीच्या पुढे गेलेला आहे. अजून त्याचे आसन स्थिर

नाही. अजून ती भावंडे, ती आई त्याच्यावरच अवलंबून आहेत. चालू काळ असा आहे. भविष्यात काय होईल, ते कुणी सांगावे? पण तोही काही आशावादी असेल, असे वाटत नाही आणि तरीही हा माणूस हसतो आहे, गंमत करतो आहे.

त्याला भेटून बराच काळ झाला. मध्यंतरी एकदा दोन ओळींचे त्याचे कार्ड आले होते. 'अघटित घडले, मी फर्स्ट एलएल.बी. झालो!' एवढाच मजकूर त्यात होता. त्यालाही बरेच दिवस झाले. आता तो एकदा यावा, असे वाटते आणि तो येईलही. डोक्यावरचे पांढरे होत चाललेले केस विस्कटले आहेत. जाड भिंगांचा चष्मा नाकावर घसरला आहे. अंगात एक मळका नेहरू सदरा आहे. खाली सोगा सोडलेले धोतर आहे. पायांत झिजक्या वहाणा आहेत. अशा थाटात बाळ्या येईल. माझ्याच सिगारेटी मला ऑफर करील. पुस्तकांचे कपाट उलथे-पालथे करील. माझाच टॉवेल वापरून अंघोळ करील. फार ढगळ होणारे माझे कपडे घालील. बंदूक पाठीशी टाकून आम्ही चार दिवस रानावनात हिंडू. पाखरे मारून खाऊ. मग पहिले कौतुक संपून माझ्या बायकोला या पाहुण्याचा ताप होऊ लागेल. बाळ्याच्या ऐदीपणाबद्दल ती माझ्यापाशी कुरकुरेल. हा माणूस दुसऱ्याच्या घरी येतो तो निव्वळ अंगावरच्या कपड्यांनिशी. दाढीच्या सामानापासून तो कपड्यापर्यंत त्याला सगळे पुरवावे लागते, अशी तक्रार ती माझ्यापाशी वरचेवर करील आणि मग एके दिवशी भाडेखर्चापुरते पैसे माझ्याकडून घेऊन, माझ्या परटाने धुतलेले स्वच्छ कपडे घालून बाळ्या निघून जाईल.

हे घडणारच आहे. बाळ्याला तुम्ही टाळू शकत नाही; कारण त्याला माहीत आहे – राग माहीत आहे; लोभही माहीत आहे.

■

। १२ सोबत

बार्शी लाइट रेल्वेच्या वासूद स्टेशनवर दुपारी तीन वाजता येणारी गाडी धरायची होती. सखारामच्या गावापासून स्टेशन चार-एक मैलांवरच होते. श्रावणाचा महिना असल्यामुळे उन्हाचा कहारही नव्हता. पायी-पायी गेले तरी चालण्यासारखे होते. पण पंचमीच्या सणासाठी माहेरी निघालेल्या मंजुळापाशी ट्रंकेचे ओझे होते. शिवाय तरणीताठी बायको, रूपागुणाची, आई-बापाघरी लाडात वाढलेली; तिला पायी-पायी कसे न्यावे? ट्रंकेचे ओझे काय, सखारामने खांद्यावर टाकून सहज नेले असते. पोलीस खात्यातल्या माणसाला ओझ्याचे आणि पायी चालण्याचे काही वाटत नाही. पण अशा नव्या तरण्या बायकोला चालवत नेणे बरोबर नव्हते. म्हणून गावच्या वाण्याचा छकडा भाड्याने ठरवून वासूद स्टेशनच्या वाटेने सखाराम भोसले चालला होता. गट्याळ वाटेवरचे गचके सोशीत मंजुळा तट्ट्या असलेल्या छकड्यात बसली होती आणि बिगर ड्रेस सखाराम बायखडाला धरून मागून चालत होता.

छकडा एकदम एका बाजूला कलला, तसा मंजुळेने एक हात लांबवून बावखड्याच्या दांडीचा आधार घेतला. डोईवरून घरंगळलेला पदर सावरून नवऱ्याकडे बघितले. वाण्याचे पोर काळजीने छकडा हाकीत होते. पण वाटच गट्याळ होती, त्याला कोण काय करणार? एक चाकोरी हातभर खाली आणि दुसरी चाकोरी दोन हात वर. दुधाच्या घागरी छकड्यात ठेवल्या असत्या, तर भडाभडा सांडून मोकळ्या झाल्या असत्या. सवारीच आत होती म्हणून बरे होते. सखारामाने वाण्याच्या पोराला डाफरले, "सावकाश घे रे – पाडतोस काय छकडा?"

तीन फितीवाला ठाणे-अंमलदार माणूस आहे, हे वाण्याच्या पोराला ठाऊक होते. वाटच सरळ नाही, मी तरी काय करू – असे तरी म्हणा

कशाला? पोराने उगीचच बैल दबावला, "नीट चल, नाही तर महाराच्या गाडग्यात जाशील." असे बैलालाच बजावले. गाव सोडून अर्धा-एक तास झाला होता. दोन मैल वाट ओसरली होती, तरी छकड्यामागून चालणारा हवालदाराला आत बसा म्हणण्याचे धारिष्ट्य पोराने केले नव्हते. हवालदारमाणूस एकदम बिघडला म्हणजे काय घ्या?

छकड्यामागोमाग नवरा अजून चालत राहिला आहे, त्यामुळे मंजुळेलाही अवघडल्यासारखे झाले होते. मघा गावची वेस सोडल्यावर तिने एकवार म्हणून पाहिले होते.

"आपण बसा की...."

त्यावर सखारामने घट्ट चेहऱ्याने नुसतेच म्हटले होते, "हां."

पण आता स्टेशन जवळ येऊ घातले होते, तरी छकड्यात बसण्याची वार्ता नव्हती. मंजुळाला मनोमनी कळून चुकले की, नवरा ठिकाणावर नाही. कसल्या तरी विचारात तो गर्क झाला आहे. विचारही साधा नाही; त्रासदायक आहे. मंजुळा माहेरी जाते आहे म्हणून नाराज झाला म्हणावे, तर तसे मघा निघेपर्यंत काही दिसले नव्हते. आवराआवर, बांधाबांध – सगळे खुशीने झाले होते. चेष्टामस्करी झाली होती. चार दिवसांपूर्वी सासुरवाडीचे कार्ड आले, तेव्हा काही फाटे न फोडता "जा गं, फार दिवस झाले तुला घरी जाऊन. मामास्नी तुला बघू वाटत असंल –" असे सखाराम तत्काळ म्हणाला होता. आता एक खरे की, मंजुळेच्या माणसांनी मुराळी धाडायला पाहिजे होता; पण येण्यासारखा एकच एक धाकटा भाऊ, तो नारूने लंगडा झाला होता. मग कोणाला धाडणार? म्हणूनच मंजुळेच्या बापाने कार्डात आर्जवाने म्हटले होते की, 'आपण दोन दिवसांची सुट्टी घेऊन उभयता यावे.' माझ्या मुलीला सणाला धाडा, असे त्यांनी म्हटलेच नव्हते.

सखाराम गप्प का, हे मंजुळेला विचार करकरूनही उमगेना.

दुपारच्या उन्हातून छकड्याबरोबर चालतच सखाराम स्टेशनपर्यंत आला. स्टेशनबाहेरच्या पटांगणात लिंबाची सावली बघून वाण्याच्या पोराने छकडा सोडला. बैलापुढे वैरण टाकली. गाडीची वेळ होत आली होती. पोराच्या खांद्यावर ट्रंक उचलून देऊन सखाराम स्टेशनात आला. खिडकीशी वाकून आतल्या मास्तराला म्हणाला, "एक लहुळ द्या मास्तर."

गाडी येण्याची वेळ झाल्यामुळे मास्तर गणवेषाचा पांढरा कोट अंगावर चढवत होते. कमरेला असलेल्या हातधुलाईच्या पायजम्यावर पांढरी पाटलोण अजून चढवायची होती. कोटाचा एक हातोपा गडबडीने घालत ते खिडकीशी आले आणि "लहुळ, लहुळ, लहुळ –" असे स्वत:शीच घोकत त्यांनी शेजारच्या शेल्फातून तिकीट शोधले. यंत्राच्या दाताखाली घालून काढले आणि ते बाहेर सरकवून पैसे आत ओढले.

फलाटावर आठ-बाराच उतारू होते. कोंबड्यांच्या करंड्यांचा पसारा होता. अंड्यांचे पेटारे होते. हा माल बहुधा मुंबईला जाण्यासाठी इथे गाडीत चढवायचा असावा. पाण्याच्या नळाअलीकडे असलेल्या लिंबाच्या झाडाखाली बरी सावली होती. ट्रंक तिथे उतरून घेऊन सखारामने वाण्याच्या पोराला छकड्याकडे लावले आणि मंजुळाला 'बैस' म्हटले. थोडा वेळ उभी राहून मग मंजुळा बसली. ट्रंक आणि लिंबाचा बुंधा यांच्या मधल्या जागेत नीट पदर ओढून घेऊन अवघडून बसली. सखाराम मात्र गस्त घालीत फिरावे तसे एक-दोन वेळा फलाटाच्या या टोकापासून त्या टोकापर्यंत फिरला आणि मग मंजुळेपाशी येऊन ट्रंकेवर बूड टेकवून बसला. डोक्याची उंच काळी फर-कॅप काढून मानगूट चोळीत म्हणाला, "सोबत मिळंल म्हटलं कुणाची, पण कोण दिसतच नाही."

नवऱ्याच्या या शब्दातून त्याच्या मनातली चिंता मंजुळेला जाणवली. निघाल्यापासून हवालदार गप्प-गप्प का होते, याचा एकाएकी बोध झाला. आत्तापर्यंत त्यांनी बायकोला एकटी कुठे धाडली नव्हती. माहेरचे कोणी न्यायला आले नाही तरी आपण सवड काढून तिला पोहोचवली होती. या खेपेला ते शक्यच नव्हते. पंचायतीच्या निवडणुकीमुळे गावचे वातावरण तापले होते. ठाणे सोडून दोन दिवससुद्धा बाहेर जाणे खरे नव्हते.

तरणीताठी बायको शिवाय जवळ डागडागिने, कपडेलत्ते! एकटी धाडत आहोत खरे, पण काय नेम सांगावा – वाटेत काही दगाफटका झाला तर काय घ्या, अशा विचारानेच नवरा काळवंडला आहे. सदोदित गुन्हेगाराशी, गुन्ह्याशी संबंध असल्यामुळे त्याचे मन पापशंकी झाले आहे, हे मंजुळेने बरोबर ओळखले. ती म्हणाली, "काय करायची सोबत? गाडीत बसून तर जायाचं. ठेसनावर उतरल्यावर येष्टीत बसायचं आन् आपल्या गावातच उतरायचं."

"होय, पण शेजारी बसणारं माणूस काय माहितीचं असतं आपल्या? कोण कसं, कोण कसं असतं? सोबत असलेली बरी."

"बायकांच्या डब्यात बसलं, म्हंजे झालं."

बायकोच्या भोळेपणाचे सखारामाला हसूच आले. पुरुषमाणूसच गुन्हेगार आणि बाया तेवढ्या सगळ्या सज्जन – असे थोडेच आहे या दुनियेत? भोळसट कुठली!

बाजूला बसलेल्या मंजुळेकडे मान वळवून सखाराम म्हणाला, "कुणी काय खाया-प्याला दिलं घेऊ नकोस. ट्रंक पायाखालीच असू दे."

यावर लटक्या रागानं मंजुळा बोलली, "तर वं, बोळ्यानंच दूद पितीया मी!"

हे म्हणताना तिने वाकडी मान करून नवऱ्याकडे असे पाहिले, आपले भोकरी डोळे असे मोठे केले, गाल फुगवून असा मुरका मारला की; सखारामाला तिच्या गोंदल्या गालाचा मुकाच घ्यावा वाटला. उल्हसित होऊन त्याने घसा साफ केला.

पापण्या पाडून आणि गाल चढवून मिशीला वळण लावले.

स्टेशनच्या बाहेरून एकाएकी लमाणी बायांचा एक घोळकाच्या घोळका कलकल करीत फलाटावर आला. मोठमोठे बोजे उतरून फलाटावर बसला. त्यांच्याकडे बघताच सखारामाला वाटले की, या डांबरट बाया जर बायकांच्या डब्यात शिरल्या, तर आपल्या बायकोला त्या डब्यात मुळीच बसवायचे नाही. बोल-बोल म्हणता हातातली सोन्याची पाटली या बाया काढून घेतात; माणसाला पत्तासुद्धा लागत नाही.

सखारामाने बायकोला विचारले, ''एस.टी. कितीला सुटती बरं लहुळ स्टेशनवरनं?''

''दिवस मावळायच्या अगुदर. दिवं लागणीपत्तुर पार गावात जाती.''

''हं!'' सखाराम विचारानं पार पुढे गेला होता, ''तुला जागा नाही मिळाली बसायला तर?''

मंजुळा खुदकन हसून म्हणाली, ''उभं ऱ्हाऊन जाईन.''

तिला वाटले, किती शंकेखोर हे नवऱ्याचे मन! प्रवास तो किती, जायचे ते किती; त्यात होऊन-होऊन होणार काय? नाही मोटारीत जागा मिळाली तरी सोबत बघून पायी-पायी जाईन, नाही तर छकडा बघेन भाड्याचा लहुळात. तिथून आपले गाव सारे पाच मैल. कैक वेळा पायी-पायी आलोय.

तेवढ्यात पोर्टरने घंटा बडवली. गाडी दिसत नव्हती तरी उगीचच फलाटावर गडबड झाली. त्या लमाणी बाया पटापट उठून उभ्या राहिल्या. एक गडी हातोपे मागे सारून नळाचे पाणी ओंजळीने पीत होता, तो तसाच वाहता नळ सोडून पटका सावरत आपल्या बायको-पोरांकडे पळाला.

गाडी बऱ्याच वेळाने आली. खांद्यावर ट्रंक घेऊन सखाराम मंजुळेला म्हणाला, ''ये माझ्यामागनं.''

मघा थोड्या वेळापूर्वी दहा-बाराच माणसे फलाटावर होती. पण आता त्यांची संख्या बरीच वाढली होती. गाडी स्टेशनात शिरताच बोजे उचलून एकमेकांचे हात धरून माणसे, बायापोरे गाडीबरोबर पळू लागली. थडकाथडकी, धक्काबुक्की झाली.

पोलिसी चालीने सखाराम डब्यामागून डबे बघत होता. त्याच्याबरोबर राहताना मंजुळेची धांदल होत होती. एका हाताने लुगड्याचा घोळ उचलून डोईवरून घेतलेला पदर दातांत धरून ती लगालगा चालत होती. तिचा ऊर हिंदकळत होता, काकणे वाजत होती आणि सखारामाला चांगलासा डबाच मिळत नव्हता. तो थेट इंजिनापर्यंत गेला आणि पुन्हा माघारी फिरला. उतारूंची पळापळ चाललीच होती. त्या लमाणी बाया आपले बोजे बायकांच्या डब्यात ढकलीत होत्या.

लोकांची पळापळ बघून मंजुळेचा धीर सुटला. ती मोठ्यानं म्हणाली, ''अवं,

शिरा की चटसारी कुठं तरी, न्हाई तर गाडी सुटंल.''

सखाराम पार शेवटच्या डब्याशी आला. हा डबा उगीच लहानसा होता. फलाटाच्या पार मागे राहिल्यामुळे त्यात लोक घुसले नव्हते. सगळा लोंढा घुसला तो समोर दिसणाऱ्या डब्यांतूनच. शेवटपर्यंत जातो कोण? तेवढ्यात गाडी सुटली तर काय घ्या?

खांद्यावरची ट्रंक सावरीत सखारामाने या डब्यात डोकावून पाहिले. दोन माणसे दोन बाकांवर ऐसपैस निजली होती आणि मधल्या बाकावर एक बापई आणि बाई बसली होती. बरीच जागा रिकामी होती. सखाराम मंजुळेला म्हणाला, ''हं, हो बघू आत....''

मंजुळा डब्यात घाईघाईने चढली. मागोमाग ट्रंक आत सरकावून सखाराम चढला. मंजुळा धापा टाकत उभी राहिली. सखाराम ट्रंक बाकड्याखाली ओढत म्हणाला, ''घे बसून.''

यावर तो बापई शांतपणे बोलला, ''सावकाश घ्या, मस्त येळ हाय अजून गाडी सुटायला.''

मग सखारामाच्या ध्यानात आले की, हा माणूस आंधळा आहे. त्या बाईपाशी मंजुळा बसली. तिच्या पायाखाली ट्रंक सारून सखाराम उभा राहिला. पुन्हा एकवार त्याने डबाभर पाहिले. निजलेल्या माणसांपैकी एक जण म्हातारा होता. गठळे उशाशी घेऊन त्याने डोळे मिटले होते. दुसरी एक बाईच होती. तान्हे पोर पोटाशी घेऊन बाकड्याच्या पाठीमागे तोंड करून ती निजली होती. पांढरे धोतर अंगावरून पांघरल्यामुळे कोणी पुरुषच झोपला आहे, असे बघणाऱ्याला वाटत होते.

सखारामला निर्धास्त वाटले. आंधळ्याच्या गळ्यात पंढरीची माळ होती. कपाळाला टिळा होता. त्या बाईच्या तोंडावर देवीचे व्रण होते. मध्येच ती उठली आणि दाराशी गेली. बाहेर डोकावून पुन्हा आपल्या जागी येऊन बसली. तेव्हा सखारामाच्या ध्यानात आलं की, एका पायानं ती अधू आहे. पाय फेंगडत-फेंगडत चालते.

ती बाई म्हाताऱ्याला म्हणाली, ''बाबा, गर्दी दिसतीया आज.''

''असायचीच. मानसं परवास लई कराय लागली अलीकडं.''

मग सखाराम थोडा बाकड्यावर टेकला. त्याने आंधळ्याला विचारले, ''कुठवर जाणार तुमी बाबा?''

आवाजाच्या दिशेने चेहरा वळवून आंधळा म्हणाला, ''तुमी कुठंपतुर हाय?''

''मी न्हाई, बायको जातीय लहुळापर्यंत.''

आंधळा हसून खाली बघत बोलला, ''मग बरं हाय. आमाला बी लहुळालाच जायाचं हाय.''

सखाराम म्हणाला, "बरं झालं, सोबत मिळाली तुमची ते. माझा घोर मिटला."
लंगड्या बाईने विचारले, "तुमी कुठवर हाय?"
"मी पोचवायला आलोय. ही आमची बायको जायाची हाय शिंदेवाडीला."
आंधळा म्हणाला, "आमी बी शिंदेवाडीला जानार. गावाच्या अल्याड वस्ती आहे ना धायगुडाची, ततं."
"तिथलं का तुमी?"
"न्हाई, तिथं पाव्हना आहे. ह्या पोरीचा मामा –"
एवढ्यात गाडीने शिट्टी दिली. सखाराम म्हणाला, "सांभाळून न्या बाबा हिला."
"व्हय व्हय. ही पोर हायेच बोलाय-चालायला त्यांच्या संगं. तुमी उतरता काय आता?"
"होय, शिट्टी झाली –"
"बराय –"
गाडी हलली तेव्हा सखाराम उडी मारून उतरला. चालत्या गाडीबरोबर पळत, ओरडून सांगू लागला, "सांभाळून जा गं. कार्ड टाक लगीच, बरं का!"
"व्हय व्हय, काय काळजी करू नगा, मी जाईन."
तोवर फलाट संपलाच. सखारामाला थांबावे लागले. मंजुळा खिडकीतून वाकून बघत राहिली. गाडी पार दिसेनाशी झाली. आवाज ऐकू येईनासा झाला.
सखाराम परत फिरला. स्टेशनाबाहेर पटांगणात असलेल्या तट्ट्याच्या हॉटेलात बसून त्याने चहा घेतला. बाकावर पाय लांबवून सावकाशपणे विडी ओढली आणि मग निंबाखाली सोडलेल्या छकड्याकडे येऊन तो वाण्याच्या पोराला म्हणाला, "चल रे, झोपलायस काय निवांत?"
छकडा जुपता-जुपता पोरगे मनात म्हणत होते की, येताना आला तसा हवालदार जातानाही छकड्यामागोमाग चालतच येतो काय?
पण छकडा जुपून होताच सखाराम उडी मारून आत बसला आणि म्हणाला, "आण हिकडं कासरा. विमानासारखा नेतो बघ मी छकडा."

दोन-तीन दिवसांत निवडणुकीची धामधूम संपून गेली आणि सखारामाला आपले घर खायला उठले. रानात वस्ती असलेल्या शिर्पा दयाळाने आपले घर ठाणे अंमलदाराला राहायला दिले होते. चार खण सोपा आणि चार खण माळी होती. सतत बदल्या होत असल्यामुळे सखारामाने संसाराचा पसारा फारसा वाढवला नव्हता; पण चार भांडीकुंडी, अंथरुणे-पांघरुणे, कपडेलत्ते – सगळे कसे टापटिपीत असावयाचे. मंजुळा सुगरण होती. हे टापटिपीचे घर आता तिच्या माघारी चार

दिवसांत गबाळे दिसू लागले होते. दाराच्या कोपऱ्यात उभ्या केरसुणीखाली केर तसाच भरावयाचा राहून गेला होता. उष्टी-खरकटी भांडी तशीच राहून गेली होती. चुलीतली राख, अर्धवट जळलेली लाकडे आणि अंघोळीचे पाणी तापवायचा काळा झालेला हंडा तसाच राहून गेला होता. रोजच्या रोज घरकामाचा रगाडा सावरणे, हे काही सोपे काम नाही, हे गेल्या तीन दिवसांत सखारामाच्या ध्यानी येऊन चुकले होते. मंजुळा गेल्यापासून पिण्याचे पाणी भरून ठेवणे, अंगणातल्या तुळशीला पाणी घालणे, अंथरुणा-पांघरुणाच्या घड्या नीट घालून ती घडवंचीवर रचून ठेवणे – ही साधी कामेसुद्धा सखारामाच्या हातून झालेली नव्हती. तीनच दिवस झालेले होते, पण बायको माहेरी जाऊन महिना झाला, असे सखारामाला वाटत होते. असल्या खायला उठलेल्या घरात राहण्यापेक्षा कुठे तरी काम काढून फिरतीवर जावे, असा विचार त्याच्या मनात वारंवार येत होता.

आज चौथा दिवस होता. ठाण्यावर काम काही नव्हतेच. थोडा वेळ शिंप्याच्या दुकानात, थोडा वेळ वाण्याच्या बैठकीवर असे करीत-करीत सखारामने सकाळ घालविली. बारावर एक वाजला तेव्हा घरी जाऊन चूल पेटविली, पाणी तापवून अंघोळ केली. दोन भाकरी टाकून झाल्यावर त्याच तव्यात झुणका केला आणि जेवण उरकले.

खांबाला टेकून विडी ओढता-ओढता त्याचे लक्ष भिंतीला लावलेल्या आरशाकडे गेले. भिंतीवर कुंकवाची बोटे उठलेली होती. शेजारच्या कोनाड्यात करंडाफणी होती. दोन खुंट्यांवर वाळत घातलेले मंजुळाचे एक लुगडे अजून तिथे तसेच वाळत होते. पलीकडच्या खुंटीवर चोळी होती. मंजुळा गेली, त्या दिवशी तिने न्हाऊन सोडलेले हे कपडे ती बरोबर घ्यायला विसरली का ओली कापडे कशी न्यावीत म्हणून तिने ती मुद्दाम राहू दिली आहेत, हा विचार किती तरी वेळ सखारामाच्या मनात घोळत राहिला. रोज वापरण्यासाठी तिला चोळी-लुगड्याचे दोन जोड आहेत का एकच आहे, हे आठवून-आठवूनही आठवेना. शेवटी माळीचे दार पुढे करून सखारामाने सोप्यात सतरंजी घातली आणि चादर तोंडावर घेऊन तो झोपून गेला.

दोन वाजण्याच्या सुमारास ठाण्यावरून शिपाई घरी आला आणि त्याने ''हवालदारसाहेबऽ हवालदारसाहेबऽऽ'' अशा हाका मारून सखारामाला जागे केले. पडल्या-पडल्याच तोंडावरची चादर काढून सखारामने खेकसून विचारले, ''काय?''

शिपाई अदबीने म्हणाला, ''अर्जंट टपाल आलंय.'' आणि त्याने खाकी कागदाचा लखोटा पुढे केला. सखाराम उठून बसला. काय भानगड आहे, म्हणून त्याने टपाल फोडून वाचले.

शिंदेवाडीच्या हद्दीत एक प्रेत सापडले होते. खुनाचा संशय होता. या भागात पाचएक वर्षे सखारामाने काम केले असल्यामुळे गुन्हा हुडकून काढण्याच्या कामात

सब-इन्स्पेक्टरला मदत करण्यासाठी ताबडतोब येण्यासंबंधी ऑर्डर होती. माढे तालुका फौजदार कचेरीत हजर व्हायचे होते.

सखारामला वाटले, उत्तम झाले. आता चार-आठ दिवस फिरती होईल. सासुरवाडीला जाईन, पाहुणचारही घेता येईल. बायकोची भेट घडेल. कारण माढ्याला जायचे म्हणजे लहुळ स्टेशनवर उतरून एस.टी.त बसायचे आणि शिंदेवाडीवरून पुढे बारा मैल जायचे होते. कचेरीत रात्री पोचून तरी काय करायचे, त्याऐवजी शिंदेवाडीत मुक्काम करून सकाळी भाड्याची सायकल घेऊन पुढे गेले तरी चालण्याजोगे होते.

सखारामाने मनगटावरच्या घड्याळात बघितले आणि गडबडीने शिपायाला म्हटले, "चल, सायकल काढ. डबलसीटने स्टेशनवर जाऊ. मी गाडीला बशीन अन् तू सायकल घेऊन माघारी ये."

शिपाई गेला आणि सखारामाने चूळ भरून ड्रेस चढविला. पंधरा मिनिटांत शिपायाला दांडीवर बसवून त्याने स्टेशनची वाट धरली.

एकाएकी जावई पाहुणे वाड्यात शिरलेले बघून मंजुळेच्या बापाला अचंबाच वाटला. चिठ्ठी नाही, चपाटी नाही – आणि जावई एकदम आले कसे? गडबडीने पुढे होऊन त्याने सखारामजवळची पिशवी, रायफल घेऊन सोप्यावरल्या खुंटीला अडकवली. आत जाऊन जेवणाची वर्दी दिली. पाण्याचा तांब्या आणून सखारामच्या हाती दिला आणि ओसरीवर बैठक घालीत विचारले, "काय काम निघालं एकाएकी?"

जोत्यावर उभा राहिलेला सखाराम अंगणात चूळ थुंकून म्हंणाला, "हं, माढ्याच्या कचेरीचा हकूम आला. म्हटलं, रात्री हितं मुक्काम करावा आणि सकाळी जावं."

"अस्सं!"

सखाराम बैठकीवर बसला. मामा अवघडून उभेच होते. जावयाच्या एकाएकी येण्याने ते गडबडून गेले होते. हात पाठीमागे टाकून त्यांनी उगीचच आत गेल्यासारखे केले आणि पुन्हा बाहेर येऊन विचारले, "मंजुबाई हाय खुशाल?"

सखाराम सासऱ्याच्या तोंडाकडेच बघत राहिला. उत्तर न देता जावई तोंड उघडून आपल्याकडेच का बघत राहिलेत, हे न कळून मंजुळेच्या बापाने पुन्हा विचारले, "पंचमीला धाडा म्हनून कार्ड धाडलं हुतं, ते मिळालं का?"

"म्हंजे, ती आली नाही?"

"आँ!"

"शनवारीच मी तिला ठेसनावर आणून गाडीत बसविली होती!"

"काय म्हणता? मग गेली कुनीकडं?"

सखारामचे तोंड काळेठिक्कर पडले. काळजाला धडकी भरली. म्हातारा पायांतून वारे गेल्यासारखा जागच्या जागी खाली बसला. मिनिट-दोन मिनिटं काही भाषाच झाली नाही. नुसता सण्णऽऽ असा दबका आवाज घुमत राहिल्यासारखे वाटले. म्हाताऱ्याने घाबऱ्या-घाबऱ्या पुन्हा विचारले, "सोबतबिबत न्हवती मिळाली गाडीत?"

भानावर येऊन सखाराम म्हणाला, "तर, पार हिकडं येनारा मानूस, त्याची लेक होती की!"

"आन् मग असं कसं झालं? कवाची गोष्ट म्हनला ही?"

"शनवार दुपारची."

"मग आज मंगळवार की हो! नाव-गाव काय त्या मानसाचं आन् त्येच्या लेकीचं?"

ह्या प्रश्नासरशी सखारामच्या काळजाने ठाव सोडला. त्याच्या रक्ताचे पाणी-पाणी झाले. डोळे विस्फारून तो म्हाताऱ्याकडे बघत राहिला. घरात एकच कल्लोळ झाला. मंजुळेची आई रडू लागली. उशिरा घरी परतलेला मंजुळेचा भाऊ हवालदिल झाला. त्याची बायको स्वत: रडत सासूसासऱ्यांना समजावू लागली. भावाने नाना प्रश्न सखारामला दबकत-दबकत विचारले. लंगड्या पायाने तो गावाशेजारच्या धायगुड्याच्या वस्तीवरून जाऊन आला. आंधळा माणूस आणि पांगळी बाई असे कोणी तिथे येणार नव्हते, आलेले नव्हते. कुणी जेवले नव्हते, खाल्ले नव्हते. सगळ्यांची तोंडे उतरून गेली.

शंका निघाली की, मंजुळा चुकून पुढल्या स्टेशनला तर गेली नसेल ना? गेली असती तर आतापर्यंत कुठे राहील? ती काही तशी अडाणी नाही.

सखाराम काहीच बोलला नाही. त्याच्या चेहऱ्याकडे बघवत नव्हते. गुडघ्यात मान घालून तो गप्प बसून राहिला होता. रात्रभर मंडळी जागीच होती. चांदणी उगवली तशी सखारामने मेव्हण्याची सायकल बाहेर काढली.

"तपास लागेल. गाडीत डोळा लागून ती कुर्डुवाडीपर्यंत गेली असली, तर माघारी यायला साधन नाही. तिकिटाला पैसे नसतील जवळ. ट्रंक चोरट्यांनी नेली असेल. तुमी धीर धरा, मी नीट तपास लावतो." असे सर्वांना पुन:पुन्हा सांगून तो सायकलीवर बसला आणि थेट माढ्याला आला. साहेबांच्या घरी जाऊन उभा राहिला. सॅल्यूट करून म्हणाला, "साहेब, मला मयताचे प्रेत बघू द्या."

साहेब हसून म्हणाला, "चार दिवस प्रेत ठेवता येतं का हवालदार? डोकं कुठाय तुमचं?"

"मग साहेब, मला कपडे बघू द्या."

"बघा, आहेत कचेरीत ठेवलेले. पण हा गुन्हा सापडला पाहिजे. तुमच्यावर माझी भिस्त आहे."

कचेरीत जाऊन सखारामने कपडे ओळखले. मंजुळेच्या अंगावरचे लुगडे आणि चोळी होती. साहेबाने विचारले, ''काय पत्ता लागतो ह्याच्यावरनं?''

कोरड्या डोळ्यांनी भिंतीकडे बघत सखाराम म्हणाला, ''माझ्या बायकोचे कपडे आहेत हे साहेब... रेल्वेतनं येताना सोबत म्हणून बघून दिलेल्या एका आंधळ्यानं आणि त्याच्या लंगड्या बाईनं... हिला वाटेत मारली... आणि डागडागिने असलेली ट्रंक, अंगावरचे डागिने न्हेले....''

तुटक शब्दांत हे सांगत असताना एकीकडे सखारामला वाटत होते, त्या दिवशी गाडी लेट आली असली पाहिजे, मंजुळेची एस.टी. चुकली असली पाहिजे; पण मग रात्री ओझे घेऊन ती पायी-पायी गावी यायला निघाली कशी? त्या आंधळ्याने आणि त्याच्या लंगड्या बाईने तिला कशी आणि कुठे मारली; वाट सोडून मंजुळा आडरानात कशी सापडली?

पण आता तपास व्हायचा होता ह्याच गोष्टीचा; त्यासाठीच त्याला मुद्दाम बोलावून घेतला होता....!

■

१३

वारसा

वाटेने चालता-चालता रेडा मध्येच थांबला. त्याने डोळे कपाळात घातले. तोंड आभाळाकडे केले. कशाचा तरी उग्र वास आल्यासारख्या नाकपुड्या फुगविल्या आणि एखाद्या खडकासारखा तो जागच्या जागी खमाटून उभा राहिला.

"बाइली, हे रेडं असं काय करतंय?" असे स्वत:शीच म्हणत देना पखाल्या सणक्याने पुढे झाला आणि हातातला कासरा दुमता करून त्याने रेड्याच्या पाठीवर ओढला. त्या रङ्घ्यासरशी रेड्याच्या काळ्या कुळकुळीत पाठीवर पांढरे वळ उमटले; पण रेडा जागचा हलला नाही. त्याला एकदम श्रावणातल्या हिरवळीची, निळ्याभोर आभाळाची, थंडगार वाऱ्याची आठवण झाली होती. म्हशींचा कळप डोळ्यांपुढे उभा राहिला होता. तालुक्याची वाट चालायला तो आता राजीच नव्हता.

देनाला ही त्याच्या मनची गोष्ट कशी कळावी? गेले पाच-दहा दिवस पखालीचा रेडा असा आडमुठ्यासारखा का करतोय, हे त्याला कळतच नव्हते. रात्री-अपरात्री ते अडगे जनावर खुंटा उपटून गोठ्याबाहेर पडत होते. पुढ्यातली वैरण धड खात नव्हते. चालता-चालता एकाएकी खडकासारखे जागच्या जागी उभे राहत होते आणि देना पखाल्याची मोठी पंचाईत होत होती.

गावपंचायतीने गावाबाहेरच्या उतारावर सागाची लागवड केली होती. गावकऱ्यांनी हजार-बाराशे झाडे लावली होती. त्या झाडांना पाणी घालण्यासाठी हा पंढरपुरी रेडा नुकताच विकत घेतला होता आणि देनाला त्या कामावर रोजगाराने नेमले होते. देना काही पखाल्या नव्हता, पण त्याने पोटासाठी आजवर अनेक कामे केली होती. लोहारकाम, गवंडीकाम, वाण्याच्या दुकानात गड्याची नोकरी, सुताराच्या हाताखाली रोजगाराने राहणे, रानातली गटारे काढायला जाणे, रस्त्याच्या 'बराशी'वर जाणे. देनाने नाना

उद्योग आजवर केले होते आणि त्याच्या धंद्याप्रमाणे त्याची आडनावे बदलत होती.

गावाबाहेरच्या माळावर पंचायतीने देनाला झोपडे उभारून दिले होते; कोंबड्या दिल्या होत्या. आपल्या लेकराबाळांसह तिथेच राहून देना ही नोकरी करीत होता.

रेडा कसनुसे वागू लागला, तेव्हा सरपंचाने म्हटले होते, ''अरं देना, त्याला तालुक्याला गुराच्या डॉक्टरकडे ने; रेडा आजारल्यागत दिसतोय.''

म्हणून रेडा पुढे घालून देना उन्हाचा तालुक्याला निघाला होता आणि रेडा नीट चालतच नव्हता. कासरे हाणले, शिव्या दिल्या, दावे धरून ओढले तरी रेडा जागचा हलेच ना. तेव्हा देना फार कावला. कासरा रेड्याच्या पाठीवर टाकून देऊन म्हणाला, ''ये गड्या, तुज्या मनाला येईल तसा चाल.''

– आणि आपण वाटेच्या कडेला जाऊन बसला. डोईचा पटका काढून घाम पुसू लागला. रेड्याने एकवार मागे वळून पाहिले. कान हलविले. कपाळातले डोळे खाली आणले आणि भराभरा चालायला सुरुवात केली. मोकळा कासरा, धुरळ्यातून साप जावा तसा त्याच्या मागोमाग जात राहिला.

पाठमोऱ्या रेड्याकडे बघत देना बसून राहिला आणि मग दात खाऊन उठला. पळत-पळत रेड्यामागे जाऊ लागला.

आडमुठ्या रेड्याबरोबर हिसके खात-खात दुपारी तीन-चारच्या वेळेला देना तालुक्याला पोहोचला. डॉक्टर केव्हा बोलावतोय याची वाट बघत दवाखान्याच्या आवारात बसला. मग त्याने सरपंचाची चिठ्ठी डॉक्टरला दिली. डॉक्टरने रेड्याला तपासले. त्याचे मुस्काट फाकून नळीने काही औषध पाजले. एवढा बिलंदर रेडा, पण डॉक्टरपुढे गरीब गाय झाला.

रेड्याला घेऊन देना गावी यायला निघाला. बाजारपेठेतून जाताना देनाला कापडाची मोठमोठी दुकाने दिसली. नाना परीची कापडे दुकानदारांनी काचेच्या आत सोडली होती. झबली, अंगरखी, चड्ड्या टांगून ठेवल्या होत्या. बाजारपेठेतून हिंडणाऱ्या माणसांच्या अंगावर झकपक कापडे होती. बाया, पोरे, मोठी माणसे हवा खायला निघाली होती.

ढांगुळ्या देनाने आपल्या फाटक्या, मळक्या धोतर-कुडत्याकडे पाहिले आणि त्याला एकदम संतापच आला. आपल्या बापाचा त्याला राग आला.

'या भडव्यानं कंदी जन्मात आमाला नीट कापडं घातली न्हाईत.'

दुपारी उन्हाला पाठ देऊन उफराट्या अंगरख्याच्या शिवणी बघत बसलेला बाप त्याच्या डोळ्यांसमोर दिसला आणि तोंड बाजूला करून देना रस्त्यावर थुंकला!

'म्हणं, माझ्या पोटात गाठ उठलीया रं. डॉक्टर म्हणतो, काढून टाकली पायजे.'

लांबसडक हातापायांचा, मोठ्या दातांचा आणि अंगाला सदोदित घामाचा वास

येणारा म्हातारा देनाच्या डोळ्यांपुढून जाईना. उभ्या जन्मात कधी आपल्या पोरांना त्याने चांगले-चुंगले खाऊ घातले नव्हते आणि अलीकडे रोज एका पदार्थाची आठवण करून ओठ चोखीत तो सुनेला म्हणतो, "अगं, मला गोडी शाव खावी वाटतीया गं."

"अगं, आज भरलं वांगं कर गं."

रेडा चालता-चालता घोरत होता. दुकानांची रांग संपत नव्हती. चांगलीचुंगली कापडं घातलेली माणसे आनंदाने हवा खात होती. दुकानात शिरून काहीबाही विकत घेत होती.

'पोरास्नी कापडं केली पायजेत. भग्याला अंगरखं, इटाबाईला परकर-पोलकं, नामूला धोतर-कुडतं आन् बायकूला दोन चांगली लुगडी, इरकली घेऊन टाकू या ह्या पगाराला.'

देना पखाल्याला दुकानात शिरून पैसे उधळायची, कपडे विकत घ्यायची, रस्त्याने हवा खात हिंडायची फार वासना झाली. या पगाराला येणारे पस्तीस रुपये सर्व उधळून टाकायचे, असे मनाशी त्याने ठरवून टाकले आणि रेड्याच्या पाठीवर कासरा हाणून तो म्हणाला, "हां, चल पावंड उचल. अंधाराच्या आत गावात गेलं पायजे."

देना आपल्या वस्तीवर आला, तेव्हा अंधार झाला होता. गोठ्यात शिरून त्याने रेडा बांधून टाकला. हातपाय धुऊन चूळ भरली. चुलीशेजारी बसत तो बायकोला म्हणाला, "हां, वाढ तुकडा."

बरगड्या निघालेली पोरं गोळा झाली. म्हातारा पाण्याच्या तांब्यावर हात ठेवून दोन पायांवर बसला. धोतराच्या सोग्याने पितळी पुसू लागला.

दोन घास खाऊन झाल्यावर देना म्हणाला, "आता पोरास्नी कापडं करायची. भग्याला अंगारखं, टोपी; इटाबाईला चांगल्या खणाचा पोलका-परकर, नामूला धोतर, दंडकं आन् तुला दोन लुगडी."

देना हे इतक्या खरेपणाने म्हणाला की, सर्वांना फार आनंद झाला. पोरे चटाचटा उठून दोन पायांवर बसली. इटाबाई झिपऱ्या सावरून बापाकडे बघू लागली. नामू म्हणाला, "आये, बाबाला भातवडी दे की गं भाजून!"

देनाच्या बायकोला धक्काच बसला होता. भाकरी मोडून ती देनाच्या पानात टाकत बोलली, "आन् त्येला पैका?"

देनाने बायकोचा हा प्रश्न बाजूलाच टाकला.

"मला आता मी खाकी इजार आन् खाकी कोट शिवनार हाये. पंचायतीचा शिपाई म्हटल्यावर काय तरी रुबाब पायजे. कामदारापुढे वागावं लागतं!"

एकाएकी आपल्या नवऱ्याला पैसे कोठून मिळाले असावेत, याची काही अटकळ देनाच्या बायकोला बांधता येईना.

म्हातारा घास चावत म्हणाला, “जमिनीला गिराईक मिळालं का?”

त्या कुटुंबाची एक चार एकर जमीन होती. त्या खार जमिनीत काही पिकत नव्हते आणि गेली अनेक वर्षे तिला कोणी गिऱ्हाईक मिळत नव्हते.

देना रागाने म्हणाला, “गिराफिराईक काय न्हाई, जिमीनफिमीन काय न्हाई!”

हे बोलताना तो इतका ओरडला की, सगळे जण गप्प बसले. आपल्याला खूळ लागले आहे काय, असे देनाला वाटले.

“मानसाला नीट अंगभर धडोती नगंत? पोरांच्या अंगावर कापडं पायजेत. एक-दोन तागे आनू आनि सर्व्यांस्नी कापडं करू.” भराभर घास घेत देना पुन:पुन्हा सांगत होता.

गोठ्यात धडपड झाली. रेडा सुटला आणि बाहेर आला. झोपडीच्या दाराच्या तोंडाशी येऊन त्याने मुस्काट आत घातले आणि नाकाने फुसकन् वाफ सोडली.

देना धडपडून उठला. कोपऱ्यातली काठी घेऊन त्याने रेड्याच्या नाकाडावर ठेवून दिली. रेडा गर्रकन फिरला. त्याला आई-बहिणीवरून शिव्या देत देना अंधारात बाहेर पडला. त्याची अन् रेड्याची झटापट बराच वेळ ऐकू येत होती.

पोरे पुरवून-पुरवून भाकरी खात होती. म्हाताऱ्याने देनाच्या पानातली उरलेली भाकरी आपल्या पानात घेतली. कालवणाचे भांडे ओढून घेतले. आत्ताच जेवायला बसलाय, अशा पद्धतीने तो भाकरी खाऊ लागला. रेडा बांधून देना परत आला, तेव्हा त्याची पितळी मोकळी होती. तिच्यात हात धुऊन तो भिंतीला टेकून बसला.

म्हातारा म्हणाला, “डॉक्टर म्हणतो, पोटातली गाठ काढली पायजे. शंभरभर रुपयं लागतील.”

यावर देना ओरडला, “तू मरंनास का रं एकदा!”

इटाबाई उठून बापाजवळ गेली आणि तिनं विचारलं, “बाबा, आमाला पोलका कवा आनायचा?”

आता बाप पुन्हा सगळ्यांना काय काय आणायचं ते बोलून दाखवील, म्हणून सगळी पोरं त्याच्या तोंडाकडे बघू लागली.

देनाचे सगळे अंग ताठ झाले. दाढांवर दाढा दाबून त्याने पोरांकडे बघितले. जसा म्हातारा देनाकडे लहानपणी बघत होता, जन्मभर बघत आला, तसे.

“व्हय रं बाबा, कंदी आणायचं पोलकं?”

यावर देना वसकन इटाबाईवर ओरडला, “कशाचं पोलकं? कापडंबिपडं काही न्हाईत शिवायची कुनाला. सरम वाटली पायजे तुमाला!”

आणि धाडकन दार ओढून घेऊन तो बाहेर पडला. खुंटीवरचे कांबळे घेऊन बाहेर झोपून गेला.

■

१४

जन्माच्या गाठी

रंगनाथ कुलकर्णी (सायन्स टीचर, सांदीपनी विद्यालय, पुणे २) या तरुणाच्या मनामध्ये एकदा एकाएकी असा विचार आला की, आपण आता लग्न करावे. हा विचार मनात येण्यास तात्कालिक काय कारण झाले, हा मुद्दा विशेष महत्त्वाचा नाही. देशमुखवाडी या भागातील बरीच बिऱ्हाडे राहणाऱ्या एका मोठ्या इमारतीमधल्या सिंगल खोलीत हा विचार त्याच्या मनात आला. वेळ संध्याकाळी सातची होती. थोडे इकडे-तिकडे फिरून येऊन रंगनाथ खिडकीजवळच्या कॉटवर पडला होता. सुट्टीचा दिवस सोडून या खोलीचे दार आणि खिडकी सतत बंद राहिल्यामुळे खोलीला दमट वास येत होता. मुळातच अंधारी असलेली ही जागा आता संध्याकाळी अधिक अंधारी झाली होती. खिडकीतून आलेल्या थोड्या प्रकाशाने कॉट आणि खोलीच्या मध्यभागी घातलेले प्लायवूड पार्टिशन थोडे फार उजळले होते.

अंगात हातोप्याचा बनियन आणि खाली चट्टेरीपट्टेरी विजार घालून कॉटवर उताणा पडलेल्या रंगनाथच्या मनात लग्नाचा विचार अशा कातरवेळी आला होता.

हा विचार मनात येताच रंगनाथने पडल्या-पडल्याच डोळ्यांवरचा जाड भिंगांचा चष्मा काढला; हात लांबवून कॉटच्या कठड्यावर टाकलेल्या मळक्या कपड्यांतील अंगरखा ओढला आणि त्याने चष्म्याच्या काचा पुसल्या. (चष्मा काढल्यावर रंगनाथ हा अगदी वेगळा माणूस दिसे. त्याचा चेहरा अडाणी वाटे. वास्तविक रंगनाथ फार अभ्यासू आणि हुशार होता.) अंगातील बनियन काढताच वाटते, तसे त्याला चष्मा काढल्यावर उघडे वाटले. काचा नीट पुसून त्याने चष्मा पुन्हा डोळ्यांवर चढवला; मनात आलेल्या गोष्टीकडे आता त्याला स्वच्छ नजरेने पाहता आले.

या वर्षी त्याला बत्तिसावे संपून तेहतिसावे वर्ष

लागले होते. पगार बरा मिळत होता. गेल्या पाच वर्षांत नोकरी करून त्याने संसारोपयोगी असे थोडे सामानसुमानही खरेदी केले होते. बँकेत थोडी रक्कम शिल्लक टाकली होती. आता एकटे किती काळ राहावयाचे? फार उशीर होण्याअगोदर लग्न केलेले बरे असते.

लगेच रंगनाथला वाटले की, ही गोष्ट अगदी ताबडतोबीने केली पाहिजे. दवडण्याइतका वेळ आता आपल्यापाशी नाही. चटकन तो कॉटवरून उठला. बटण ओढून दिवा लागताच कॉटखाली वाकला. नीट बांधून ठेवलेला सकाळ वर्तमानपत्राचा गठ्ठा काढून त्याने तो टेबलावर घेतला. टेबललँप लावून रंगनाथ कामालाच लागला.

बऱ्याच अंकांतील लहान जाहिराती, बातम्यांप्रमाणे वाचून झाल्यावर त्याला हवी ती जाहिरात मिळाली. लगेच 'पांडोबा शिराळकर, व्यवस्थापक, वधू-वर सूचक मंडळ, ५०४ कसबा पेठ, पुणे', या पत्त्यावर रंगनाथने कार्ड लिहिले. अगोदर पत्ता लिहिला आणि मग स्वच्छ अक्षरांत मजकूर लिहिला. टेबलावर वाकून बारीक नजरेने लिहिलेला मजकूर पुन्हा एकवार तपासला; अनुस्वार, विरामचिन्हे राहिली नाहीत याची खात्री करून घेतली.

रात्री यदाकदाचित पाऊस आला तर खिडकीतून आत येणाऱ्या तुषारांनी कार्ड भिजू नये म्हणून रंगनाथने ते टेबलाच्या खणात ठेवले आणि खण बंद करून सुस्कारा सोडला.

रविवारी चार वाजता एक गृहस्थ रंगनाथ राहत होता, त्या इमारतीचा जिना चढून वर आले. रस्त्याकडे तोंड करून आडवी अशी लांबच लांब गॅलरी होती. ओळीने बऱ्याच खोल्या होत्या. प्रत्येक दारापाशी थांबत नावाच्या पाट्या वाचत- वाचत हे गृहस्थ रंगनाथ कुलकर्णी राहत होता, त्या खोलीपाशी पोहोचले. बंद असलेल्या दारावर त्यांनी हातातील छत्रीने आवाज केला.

मळकी विजार आणि हातोप्याचे बनियन घालूनच रंगनाथ कॉटवर बसला होता. सकाळी नुसती नजर टाकून ठेवलेला रविवारचा टाइम्स पुन्हा सावकाशीने वाचत होता. शेजारचे खांबेटे पेपर मागण्यासाठी आले असावेत, म्हणून त्याने नाखुशीने उठून दार उघडले.

दारात उभ्या असलेल्या माणसाकडे प्रश्नार्थक मुद्रेने पाहत रंगनाथ उभा राहिला. 'या' म्हणावयाचे राहून गेले. गृहस्थाने हसल्यासारखे करून म्हटले, ''मी पांडोबा शिराळकर. आपण साडेपाचची 'टाइम' दिली होती. पण मला दुसरीकडे जायचे होते, म्हणून जरा अगोदर आलो.''

या बोलण्यात दिलगिरी मुळीच नव्हती.

''या.''

गडबडीने आत होऊन रंगनाथने पार्टिशनच्या खिळ्याला अडकविलेला शर्ट काढून अंगात घातला. बोटानेच केस सारखे केले. टेबलाजवळची खुर्ची ओढून पांडोबांना देत म्हटले, "बसा."

वधू-वरसूचकांनी आपली छत्री नीट कोपऱ्यात उभी करून ठेवली. खुर्चीवर बसून कोटाचे सायकलबटण काढले.

या गृहस्थाने 'टाइम' हा इंग्रजी शब्द स्त्रीलिंगी का वापरला, याचाच त्रास रंगनाथला मघापासून होत होता. शर्टाच्या हातोप्याची बटणे लावून तो कॉटच्या कडेवर बसला.

शिराळकरांचा चेहरा धूर्त दिसत होता. फार कात घालून पान खाल्ल्यामुळे त्यांचे तोंड गडद तांबडे झाले होते. डोक्यावर काळी टोपी होती. अंगात जुना निळ्या रंगाचा लोकरी कोट होता. शर्टाचे गळ्याजवळचे बटण लावलेले होते आणि त्यांच्या कोटाच्या वरच्या खिशाला तीन पेने होती. दुटांगी पद्धतीने नेसलेले त्यांचे धोतर नवे, एकच धुणे झालेले होते.

रंगनाथ मनाशी म्हणाला, 'मराठीत वेळ हा शब्द स्त्रीलिंगी वापरतात. म्हणून टाइम हा शब्दही ह्याने स्त्रीलिंगी केला.' मग त्याला मोकळे वाटले.

शिराळकरांनी सर्वत्र नजर फिरवून खोलीची तपासणी केली. त्यांच्या कपाळावर तीन आठ्या पडल्या आणि तपासणी पुरी झाल्यावर त्या दिसेनाशा झाल्या. मग काही आठवल्यासारखे करून त्यांनी एकदम सांगून टाकले, "मी रेल्वेत होतो. पेन्शन घेतल्यावर काही तरी उद्योग पाहिजे, म्हणून हे काम सुरू केले. लोकांच्या उपयोगी पडता येतं आणि दोन पैसेही मिळतात."

रंगनाथला वाटले, गरीब दिसतो बापडा. मग आपल्या उजव्या हाताच्या पंजा पालथा करून नखांकडे पाहत रंगनाथ सांगू लागला, "माझं काम असं होतं – लग्न करावं म्हणतो या वर्षी. याबाबतीत मला काही अनुभव नाही. घरी कोणी वडील-माणूस नाही, तेव्हा तुमची मदत घ्यावी, असा विचार आहे.

"मी शिक्षक आहे इथं सांदीपनी विद्यालयात. दोनशे पस्तीस रुपये मिळतात. बी.एस्सी.,बी.टी. आहे."

शिराळकरांनी रंगनाथाला नीट पाहून घेतले. डोळ्यांचा जाड चष्मा सोडला तर मुलगा चांगलाच होता. उंचापुरा, नाक तरतरीत, डोक्यावर भरपूर काळे केस, वर्ण गोरा, दात स्वच्छ... पानतंबाखू, विडी-सिगारेटची सवय मुळीच नसावी.

इतका वेळ खाली नजर लावून बसलेल्या रंगनाथने शिराळकरांकडे पाहिले. 'आणखी काय सांगू?' असा भाव त्याच्या चेहऱ्यावर होता. पांडोबांनी कोटाच्या आतील खिशातून रामदास डायरी बाहेर काढली. ती मांडीवर ठेवून तीन पेने लावलेला खिसा चाचपला.

"बरं, मुलीविषयी आपल्या अपेक्षा काय आहेत?''

रंगनाथला एकदम मुक्यासारखे झाले. शिराळकरांनी खुलासा केला –

"नाही, ते कळलं म्हणजे मी त्या अनुरोधाने मुली सुचवितो. बऱ्याच मुली आहेत. माहितीही टिपलेली आहे माझ्यापाशी. आपल्या अपेक्षा कळल्या म्हणजे सांगतो.''

रंगनाथ नर्व्हसपणे हसला.

"खरं सांगायचं म्हणजे, मी काही विचारच केलेला नाही.''

पांडोबांनी डोळे मिटले, पुन्हा उघडले. "समजलो. आपण देशस्थ नाही का?''

"हो, देशस्थ ऋग्वेदी. पण या शाखेचीच मुलगी पाहिजे, असं नाही.''

रंगनाथला वाटलं, हे जरा जास्तीच बोलून गेलो आपण. घाईने तो पुन्हा म्हणाला, "पण ब्राह्मणच हं. माझ्यावर संस्कार सगळे जुने आहेत. घरी आई आहे तिकडे खेड्यावर – सोलापूर जिल्ह्यात. माझी विधवा बहीण आणि ती – अशा दोघी राहतात. मोठा भाऊ मुंबईला आहे सेक्रेटरीएटमध्ये.'' इतकं सांगायची गरज होती का, अशा शंका येऊन रंगनाथ मध्येच थांबला.

"समजलो.'' डायरीची पाने उलटीत पांडोबा म्हणाले, "उत्तम मुली आहेत तुमच्यासाठी.''

पान खाऊन लाल झालेल्या जिभेवर बोट लावून पांडोबा डायरीची पाने उलटीत आहेत, हे ध्यानात येऊन रंगनाथ अस्वस्थ झाला. डायरीच्या सगळ्या पानांवर आता तांबडे ठसे उठणार, असे त्याला वाटले.

"हे बघा, सुमन रामचंद्र काळे, वय अठ्ठावीस, वर्ण गोरा, उंची ५.३, ससून हॉस्पिटलमध्ये नर्स. चांगली स्मार्ट मुलगी आहे. मिळवती आहे. छान जमेल तुम्हा दोघांचं.''

रंगनाथ तोंड वाईट करून म्हणाला, "नर्स नको बुवा –''

"वा! नको कशाबद्दल? अहो, सगळी माहिती असते त्यांना. काय खावं, काय घ्यावं, मुलंबाळं कशी सांभाळावीत. आजाऱ्यांची शुश्रूषा करण्याची सवय असलेल्या मुली फार चांगल्या. सगळ्यांशी गोड बोलण्याची सवय असते त्यांना. संसारात आणखी काय पाहिजे?''

रंगनाथ तुटकपणे बोलला, "नको, दुसरी सांगा.''

पांडोबांनी डायरीची पाने पुन्हा उलटली.

"सरल पुरुषोत्तम जोशी. वय २७, उंची ५.२, वर्ण उजळ, ॲग्रिकल्चर डिपार्टमेंटमध्ये नोकरी.''

"नको.''

"का हो? चांगली मुलगी आहे. मी पाहिलीय तिला.''

"ॲग्रिकल्चर डिपार्टमेंटमध्ये नोकरी करणारी बायको मला मुळीच नको.''

ताठ बसलेले पांडोबा एकदम पाठीत वाकले. एक सुस्कारा सोडून म्हणाले,

"मग मास्तरीण आहे एक. सरला गजानन वेळापूरकर, वय २३, बी.ए., वर्ण गोरा, नाकीडोळी नीटस, मोठे बंधू तांदूळ-विक्रीचा बिझिनेस करतात. लग्न करून देऊन हुंडा देण्याची ऐपत आहे. चालेल?"

"वय काय म्हणालात?"

"तेवीस."

"काय शिकवतात?"

"खासगी शाळेत आहेत मुलींच्या. भाषा विषय शिकवितात."

"रूपाने कशा आहेत?"

या मुलीला अहो-जाहो असे संबोधण्यात आपण बावळेपणा तर दाखवत नाही ना, अशा शंकेने रंगनाथ कॉन्शस झाला.

"रूपानं ना, उत्तम. उत्तम म्हणजे, तुम्हाला शोभेल अशी आहे. आता तुम्ही विचाराल – का हो, असं जर आहे, तर ही मुलगी लग्नाची का राहिली?"

रंगनाथ घाईने म्हणाला, "या विचारण्यात काही अर्थ नाही. मी नाही का राहिलो? लग्न या गोष्टीचा विचार मी कधी केला नाही. फुरसतच मिळाली नाही. विद्यार्थी होतो तेव्हा अभ्यास, परीक्षा... फी भरण्यासाठी हे कर, ते कर – अशात वर्षं गेली. मग पुढे नोकरीसाठी धडपड. इथं अर्ज टाक, तिथं अर्ज टाक. अमक्याला भेट, तमक्याला भेट. त्यात काही वर्षं गेली. नोकरी लागली तसं ते काम सुरू झालं. मग वरिष्ठांची मर्जी राखण्यासाठी, प्रमोशन मिळविण्यासाठी खटपट करण्यात वेळ मिळाला नाही."

"मग बघा, तुम्हाला पाहिजे असेल तर ही मुलगी दाखविण्याची व्यवस्था करतो."

"नको, मुलगी बघणं हा प्रकार मला मान्य नाही. अगदी रानटी पद्धत आहे ती."

शिराळकर चकितच झाले. त्यांनी डोक्यावरची आवळ टोपी काढली. कपाळावर पडलेल्या कचावरून बोटे फिरवीत म्हटले, "हो, तेही खरंच. मग असं करू या आपण, एखाद्या हॉटेलात भेटू या. चहापाणी होईल. गप्पा होतील. त्यात मग तुम्ही विचारा, काय विचारायचं ते मुलीला. काय?"

रंगनाथला लग्नाचा हा मामलाच बाजारी वाटू लागला. सगळी शरम वाटू लागली. कोण कुठली अनोळखी मुलगी... तिला घेऊन हॉटेलात काय बसायचं, तशा जागी लग्नाबद्दल काय बोलायचं?

तुटकपणे तो म्हणाला, "काही हरकत नाही माझी. पण मी तुम्हाला कळवितो, मला नक्की केव्हा वेळ होईल ते, हं?"

पांडोबांचा चेहरा पडला. एखाद्या कळवितो म्हणून सांगितल्यावर त्याचा अर्थ नकारच असतो, हे त्यांना आता अनुभवाने माहीत झाले होते. त्यांनी खिशातून अनेक

चिठ्ठ्याचपाट्या काढल्या. त्या लक्षपूर्वक पाहिल्या नि त्या गोळा करून पुन्हा आत ठेवल्या. रामदास डायरी खिशात घालताच पांडोबांची उजवी छाती फुगून आली, पोचा निघालेल्या डबड्यासारखी दिसू लागली.

मांडीवर ठेवलेली टोपी डोक्यावर ठेवून पांडोबांनी रंगनाथला विचारले, ''मग मी जाऊ म्हणता?''

''हो, जा. तुमचा पत्ता आहेच माझ्याकडे. पुन्हा कळवेन मी.''

लग्न ठरविण्यासाठी दलालाकडे जाऊन आपण चूक केली, असं रंगनाथला वाटू लागलं. हा सगळा उगीचच गुंता झाला होता.

रंगनाथला त्यातून बाहेर पडून मोकळं व्हायचं होतं. वधू-वरसूचक खोलीबाहेर पडून रस्त्याला लागल्याशिवाय त्याला मोकळे वाटणार नव्हते.

कोटाचे सायकलबटण लावून न विसरता कोपऱ्यातील छत्री घेऊन शिराळकर खोलीबाहेर पडले. त्यांच्या पाठीमागे रंगनाथने लगेच दार बंद केले.

रात्री 'बादशाही' नावाच्या, पण शाळामास्तरांना परवडणाऱ्या खाणावळीत जाऊन रंगनाथ जेवून आला. नऊ-साडेनऊ वाजेपर्यंत रस्त्यावरून भटकला आणि खोलीत येऊन पडला. मनात आलेला लग्नाचा विचार समूळ काढून टाकायचा म्हणून तो वाचनात मन गुंतवू लागला.

तीन दिवस निघून गेले. चौथ्या दिवशी सकाळी एक इनलँड लेटर रंगनाथला मिळाले. वरचा पत्ता लिहिलेले अक्षर ओळखीचे नव्हते. पत्र पाठविणाऱ्याने मागे आपला पत्ताही लिहिला नव्हता. टेबलाशी बसून रंगनाथने ते पाकीट काळजीपूर्वक फोडले.

पुणे.
७-३-१९६०

स.न.वि.वि.

वधू-वरसूचक मंडळाने आपले नाव मला सुचविले आहे. मीही लग्नाची आहे. आपली काही हरकत नसेल, तर आज संध्याकाळी सात वाजता आपण जीवन रेस्टॉरंटमध्ये भेटू या. बोलू आणि एकत्र जेवू या.

आपली,
कु. सरला ग. वेळापूरकर.

पत्र वाचताना आणि वाचून झाल्यावर रंगनाथचे काळीज बराच वेळ उडत राहिले. हे सगळे विलक्षण होते. एका अनोळखी तरुण मुलीबरोबर हॉटेलमध्ये तो

अजून कधीच बसला नव्हता. काय बोलावयाचे असते, कसे वागायचे असते याची त्याला काही कल्पना नव्हती. ते पत्र त्याने ड्रॉवरमध्ये ठेवले आणि थोडा वेळ कॉटवर बसून विचार केला.

विचाराअंती आपण जाऊच नये, असा निर्णय त्याने घेतला. उगीच अवघडल्यासारखे व्हावयास नको! सात वाजता नाही गेले म्हणजे झाले.

संध्याकाळी शाळा आणि फिरणे करून रंगनाथ घरी आला, तेव्हा सहा वाजले होते. सकाळी त्याने घेतलेला निर्णय कोणत्याच दृष्टीने योग्य नाही, असे त्याच्या ध्यानात आले होते. लग्न करावयाचे तर याच पद्धतीने गेले पाहिजे. प्रेम वगैरे करून मग लग्न करावयाचे, तर ते यापूर्वीच करावयास हवे होते. आता वेळ गेली होती. इथून पुढे प्रेम कधी करणार आणि लग्न कधी करणार? या मुलीने ज्या अर्थी एवढ्या धीटपणे स्वतःच पत्र लिहिले आहे, त्या अर्थी तिला निकड दिसते. बघावे, शितावरून भाताची परीक्षा होते. थोडा वेळ बोलले, बसले म्हणजे कळेल. बरी वाटली मुलगी तर होय म्हटले, नाही तर नाही. अनुभव घेतल्याशिवाय कळणार तरी कधी?

मग रंगनाथने दाढी केली. मद्रास-ड्रीलची पँट आणि पांढरा बुशकोट घातला. केस नीट विंचरले आणि दहा रुपयांची नोट पाकिटात घेऊन तो मोठ्या गडबडीने 'जीवन'कडे आला. आता ही मुलगी अमुकच, हे कसे ओळखायचे, हा प्रश्न त्याला सतावीत होता. आपण हे एक 'अॅडव्हेंचर' करीत आहोत, या विचाराने त्याला उत्साह वाटत होता.

शेवटी 'जीवन'समोर येऊन तो उभा राहिला. दारात तर कोणी दिसत नव्हते. आत जावे की काय, अशा विचाराने गोंधळून रंगनाथ इकडे-तिकडे बघत उभा राहिला आणि समोरच्या तीन नंबरच्या बसस्टँडवर उभी राहिलेली एक मुलगी दिसली. नुकतीच बस गेली होती आणि सबंध स्टँडवर ही एकच मुलगी ताटकळत उभी होती. हीच का ती?

मग ती मुलगी गडबडीने पुढे आली. रंगनाथच्या समोर उभी राहून म्हणाली, "आपण कुळकर्णी का?"

"हो."

"मी वेळापूरकर. आपण आत जाऊ या का?"

कम्पाउन्डमध्ये शिरून बाहेरच्या वाटेने दोघेही जीवन रेस्टॉरंटच्या खालच्या तळघरात गेले आणि आजूबाजूला न बघता एका स्पेशल रूममध्ये जाऊन समोरासमोर बसले.

कपाळावर आलेले केस वारून वेळापूरकरबाई म्हणाल्या, "जेवणार ना?"

"नो, थँक्स. तुम्ही जेवा. मी केवळ चहा घेईन."

"मग मीही चहाच घेईन."

हॉटेलचा पोरगा दार उघडून बघत राहिला. रंगनाथने सांगितले, "दोन कप चहा आणि वेफर्स."

बाईंना पाहून रंगनाथची भारीच निराशा झाली होती. त्या वर्णाने गोऱ्यागोमट्या, पण अंगाने सुटल्या होत्या. नाक आखूड होते. ओठही नीट नव्हते. फार मोठे होते. खालचा ओठ अगदी अंगठ्याएवढा जाड होता. समाधानाची एकच गोष्ट म्हणजे, त्यांनी केलेला पोशाख नीटनेटका होता. चेहऱ्यावर बावळटपणाही नव्हता.

थोड्या वेळाने काय बोलावे, हे दोघांनाही कळेना.

शेवटी वेळापूरकर म्हणाल्या, "तुम्हाला कुठं तरी पाहिल्यासारखं वाटतंय."

"शक्य आहे. बरीच वर्षं मी पुण्यात आहे."

बाईंना रंगनाथ एकदम पसंत पडला होता. इतका चांगला नवरा आपल्याला कुठला मिळायला, असे वाटून त्यांचा चेहरा खिन्न झाला होता. त्यांनी विचारले, "मी अशी एकटी आले, त्यामुळे तुमचा काही गैरसमज झाला नाही ना?"

"नाही बुवा, त्यात काय!"

"हल्ली परिस्थितीच अशी आहे, नाही का? आमच्यासारख्या शिकलेल्या मुलींनी भावावर काय भार टाकायचा? त्यांनी शिक्षण केलं, सांभाळलं आतापर्यंत. लग्नही त्यांनीच जमवावं, अशी अपेक्षा का करावी?"

"हो ना."

"तुम्हाला बहीण आहे का?"

"अंहं. भाऊच आहे एक."

रंगनाथ वेफर्स खात राहिला. वेळापूरकरांविषयी त्याला आता काही वाटतच नव्हते. सहानुभूतीसुद्धा वाटत नव्हती. बाईंनी वेफर्स घेतले नाहीत, चहाचा घोटही घेतला नाही. त्या आपल्या अपेक्षेने रंगनाथकडे पाहत होत्या. मग त्यांनी अगदी अवघड प्रश्न विचारला, "माझ्याबद्दल काय मत झालं तुमचं?"

रंगनाथला एकदम मागून ढकलल्यासारखे झाले. तोंडात वेफर्स असल्यामुळे लगेच उत्तर न देता क्षणभर वेळ काढता आला. उगीच हसून तो म्हणाला, "काय सांगणार? मत काही असं चटकन बनविता येत नाही."

"तरी पण – फर्स्ट इंप्रेशन?"

रंगनाथची अगदी अडवणूक झाली. तो म्हणाला, "ते चांगलंच झालं. एक तर तुम्ही वेळेवर इथं आलात. दुसरं म्हणजे, तुम्ही चांगल्या धीट दिसता."

वेळापूरकरबाईंनी एकदम गंभीर होऊन डोळे खाली केले. त्यांच्या चहाच्या कपावर आता साय धरली होती. अगदी सुन्न होऊन त्या बसून राहिल्या. रंगनाथने चहा संपवून टाकला होता. शिष्टाचार माहीत नव्हता असे नाही, पण त्या गडबडीत

ही गोष्ट होऊन गेली होती खरी. हातरुमालाने तोंड पुशीत तो म्हणाला, "तुमचा चहा तसाच राहिला."

वेळापूरकरबाईंनी वर बघितले, तेव्हा त्यांचे डोळे डबडबले होते. नाकाने आवाज करीत त्या रडव्या आवाजात बोलल्या, "म्हणजे तुमच्या अपेक्षा मोठ्या आहेत. माझ्यासारखी साधीसुधी, भाबडी मुलगी पसंत नाही तुम्हाला."

आणि रडण्याचा उमाळा येऊन त्यांनी पदराने तोंड झाकून घेतले. रंगनाथला काय म्हणावे, हे सुचेना. त्रासदायक चेहरा करून तो बसून राहिला.

काही वेळाने रंगनाथ पुढे आणि बाई मागे, असे हॉटेलमधून बाहेर पडले आणि दोघे दोन्ही दिशांनी चालू लागले.

या प्रसंगानंतर दोन दिवसांनी पांडोबा भेटायला आले, तेव्हा त्यांना गचांडी देऊन हाकलून काढावे, असे रंगनाथला वाटले. कोपऱ्यात छत्री ठेवून पांडोबा आत आले आणि खुर्ची ओढून घेऊन बसले. त्यांचा चेहरा अगदी शांत होता. खिशातून रामदास डायरी आणि एक मोठे जाड पाकीट काढत ते म्हणाले, "फोटो आणलेत दाखवायला तुम्हाला."

"माझी इच्छा नाही आता ते बघण्याची. अशा पद्धतीनं लग्न करणं जमणार नाही मला शिराळकर. तुम्ही उगीच तसदी घेऊ नका."

पाकिटातील फोटो बाहेर काढीत शिराळकरांनी विचारले, "हे पाहा, या जन्माच्या गाठी ईश्वराधीन असतात; आपण निमित्तमात्र."

"पण मला लग्न करायचंच नाही."

"असं आज म्हणताहात. पण हां-हां म्हणता तारुण्य जाईल; पुढे पस्तावाल!"

रंगनाथचा तोलच सुटला. एकदम आवाज उंचावून तो म्हणाला, "ते कळतंय मला. तुम्ही जा. मला उगीच त्रास देऊ नका."

पांडोबा गोरेमोरे झाले. धोतराच्या सोग्याने वारा घेत त्यांनी आढे तपासले. या खिशातून, त्या खिशातून चिठ्ठ्याचपाट्या काढून मांडीवर घेतल्या, पाहिल्या. पुन्हा तो ढीग खिशात कोंबला आणि 'बराय' म्हणून ते उठून निघून गेले.

डोक्याला हात लावून रंगनाथ गप्प बसून राहिला. त्याने दार पुढे केले. पुन्हा उघडले. गॅलरीत येऊन खाली रस्त्यावर पाहिले. पुन्हा आत जाऊन दार पुढे केले. टेबलाशी बसून तो पुस्तक चाळू लागला.

लग्न करणे आपल्याला ह्या जन्मात जमणार नाही, असा निर्णय त्याने घेऊन टाकला.

■